കിഴവനും കടലും

Kizhavanum Kadalum
World Classics

Original Title
The old man and the sea

Ernest Heming Way

Translation
Mini Menon

CHINTHA PUBLISHERS
Thiruvananthapuram

First Edition
May 2022

Second Impression
July 2023

Third Edition
April 2024

Second Impression
April 2025

Published
Chintha Publishers, Thiruvananthapuram

Printed at
Repro India Ltd, Mumbai

Cover Design
Vinod Mangoes

ISBN : 978-93-93468-63-5

CR - 3481 / 7419

₹ 190

Email: chinthapublishers@gmail.com
Website: www.chinthapublishers.com

A version is available at National Libraries
Kolkata, Mumbai, Chennai and Delhi

Distribution
DESHABHIMANI BOOKHOUSE
H O Thiruvananthapuram 695035

Branches & Agencies
Head Office Kunnukuzhi • Statue Thiruvananthapuram
Saphalyam Complex Thiruvananthapuram
Machingal Lane Thrissur • IG Road Kozhikode
Mavoor Road Kozhikode • NGO Union Building Kannur
Central Bus Terminal Complex Thavakkara Kannur
Revenue Tower Ernakulam • Sulthanpetta Palakkad
Postoffice Road Kottaym • Hospital Road Nilamboor
Old Municipal Bus Stand Kalpatta

കിഴവനും കടലും

ഏണസ്റ്റ് ഹെമിങ് വേ

പരിഭാഷ
മിനി മേനോൻ

ചിന്ത പബ്ലിഷേഴ്സ്
തിരുവനന്തപുരം-695 035
വില : ₹ 190

ഏണസ്റ്റ് ഹെമിങ് വേ

നോവലിസ്റ്റ്, കഥാകൃത്ത്, പത്രപ്രവർത്തകൻ, കായിക താരം എന്നീ നിലകളിൽ പ്രശസ്തൻ. 1899 ജൂലൈ 21 ന് യു എസിലെ ഓക്ക് പാർക്കിൽ ജനിച്ചു. 1926 ൽ ആദ്യ നോവലായ *ദി സൺ ഓൾസോ റൈസസ്* പ്രസിദ്ധീകരിച്ചു. 1954 ൽ സാഹിത്യത്തിനുള്ള നോബൽ സമ്മാനം നേടി. 1953 ൽ ഫിക്ഷനുള്ള പുലിറ്റ്സർ പ്രൈസ് നേടിയിരുന്നു. അമേരിക്കൻ സാഹിത്യത്തിലെ ക്ലാസിക്കുകളാണ് ഹെമിങ് വേയുടെ കൃതികൾ. 1961 ജൂലൈയിൽ യു എസിലെ കെച്ചമിൽ അന്തരിച്ചു.

മിനി മേനോൻ

1965 ഫെബ്രുവരി 1 ന് കൊടുങ്ങല്ലൂരിലെ പുല്ലൂറ്റ് ജനിച്ചു. പുല്ലൂറ്റ് ഗവ. ഹൈസ്കൂൾ, കോഴിക്കോട് മലബാർ ക്രിസ്റ്റ്യൻ കോളേജ്, കാലിക്കറ്റ് സർവ്വകലാശാല എന്നിവിടങ്ങളിൽ വിദ്യാഭ്യാസം. ആനുകാലികങ്ങളിൽ ലേഖനങ്ങൾ എഴുതുന്നു. ഇപ്പോൾ കോയമ്പത്തൂർ ഹിന്ദുസ്ഥാൻ കോളേജ് ഓഫ് ആർട്സ് ആന്റ് സയൻസിൽ അദ്ധ്യാപിക. *മനസ്സിലേക്കൊരു കിളിവാതിൽ*, *മനസ്സും മനസ്സും*, *അന്നകരെനീന*, *ജെന്നിയുടെ കത്തുകൾ*, *ഹെലൻ കെല്ലർ*, *മോണ്ടിക്രിസ്റ്റോയിലെ പ്രഭു*, *അങ്കിൾ ടോംസ് ക്യാബിൻ* ഉൾപ്പെടെ ഒട്ടനവധി കൃതികൾ പരിഭാഷപ്പെടുത്തിയിട്ടുണ്ട്.

പ്രസാധകക്കുറിപ്പ്

"മനുഷ്യൻ സൃഷ്ടിക്കപ്പെട്ടത് പരാജയപ്പെടാനല്ല. ഒരു മനുഷ്യനെ നശിപ്പിക്കാനായേക്കും. എന്നാൽ അവനെ തോല്പിക്കാനാവില്ല."

ഏണസ്റ്റ് ഹെമിങ് വേ എന്ന മഹാനായ എഴുത്തുകാരന്റെ വാക്കുകളാണിത്. ലോകം നെഞ്ചേറ്റിയ വാക്കുകൾ. ഏതു പ്രതിസന്ധിയിലും നിവർന്നുനില്ക്കാനും പോരാടാനും പ്രേരിപ്പിക്കുന്ന വാക്കുകൾ. *കിഴവനും കടലും* എന്ന വിഖ്യാത നോവലിലെ പ്രധാന കഥാപാത്രമായ സാന്തിയാഗോ എന്ന വൃദ്ധന്റെ വാക്കുകൾ. 1951 ൽ പ്രസിദ്ധീകൃതമായ *കിഴവനും കടലും* ഹെമിങ് വേയുടെ അവസാന ഫിക്ഷനുകളിലൊന്നാണ്. 1953 ൽ ഫിക്ഷനുള്ള പുലിസ്റ്റർ പുരസ്കാരവും 1954 ലെ നോബൽ പുരസ്കാരവും ഈ കൃതിയെ തേടിയെത്തി.

മഹത്തായ ഈ രചനയെ അതിന്റെ ഭാവസാന്ദ്രത ചോരാതെ പരിഭാഷ ചെയ്തത് മിനി മേനോനാണ്. ചിന്തയുടെ ക്ലാസിക് നോവൽ പരമ്പരയ്ക്കൊപ്പം ഈ കൃതി അഭിമാനപൂർവ്വം ചേർത്തുവയ്ക്കുന്നു.

ചിന്ത പബ്ലിഷേഴ്സ്

ആദ്യത്തെ നാല്പതു ദിവസം മീൻപിടുത്തത്തിൽ സഹായിക്കാനായി വൃദ്ധനോടൊപ്പം ഒരു ബാലനും ഉണ്ടായിരുന്നു. അത്രയും ദിവസത്തിനുള്ളിൽ ഒരു കുഞ്ഞു മീൻപോലും ലഭിക്കാതായപ്പോൾ വൃദ്ധന് കഷ്ടകാലമാണെന്നും അയാൾ നിർഭാഗ്യത്തിന്റെ പരകോടിയിലാണെന്നും ആ ബാലന്റെ മാതാപിതാക്കൾ അഭിപ്രായപ്പെട്ടു. അവരുടെ നിർബ്ബന്ധപ്രകാരം അവൻ മറ്റൊരു വഞ്ചിയിൽ പോയി തുടങ്ങി. ആ വഞ്ചിക്കാരാകട്ടെ, ആദ്യ ആഴ്ചയിൽത്തന്നെ മൂന്ന് വലിയ മത്സ്യങ്ങളെ പിടിക്കുകയും ചെയ്തു. വൃദ്ധൻ ഓരോ ദിവസവും ഒഴിഞ്ഞ വഞ്ചിയുമായി മടങ്ങി വരുന്ന കാഴ്ച ആ ബാലനെ വല്ലാതെ വേദനിപ്പിച്ചു. അയാളെ സഹായിക്കുന്നതിനുവേണ്ടി അവൻ പലപ്പോഴും അയാളുടെ അടുത്തേക്ക് ചെല്ലും. ചുറ്റിവച്ച നൂൽ വളയങ്ങൾ എടുക്കാനും ചാട്ടുളിയും വലിയ മീനുകളെ പിടിക്കാനുള്ള ചൂണ്ടയും എടുത്തു കൊടുക്കുന്നതിനും പായ പാമരത്തിൽ ചുരുട്ടി വയ്ക്കുന്നതിനും എല്ലാം അവൻ അയാളെ സഹായിച്ചു. ധാന്യമാവിന്റെ ചാക്കുകഷണംകൊണ്ട് കീറലുകൾ തുന്നിച്ചേർത്തതായിരുന്നു ആ പായ. ശാശ്വതമായ പരാജയത്തിന്റെ കൊടിയടയാളംപോലെ തോന്നിപ്പിച്ചു അത്.

മെലിഞ്ഞുണങ്ങിയ ശരീരപ്രകൃതിയായിരുന്നു വൃദ്ധന്. അയാളുടെ കഴുത്തിനു പുറകിൽ കട്ടിയായി ചുളിവുകൾ കിടന്നിരുന്നു. ഉഷ്ണമേഖലാ സമുദ്രത്തിൽ തട്ടി പ്രതിഫലിക്കുന്ന സൂര്യകിരണങ്ങൾ അയാളുടെ കവിളുകളിൽ സൂര്യാഘാതം ഏറ്റതിന്റെ തവിട്ടുനിറത്തിലുള്ള പാടുകൾ ഉണ്ടാക്കിയിരുന്നു. ആ പാടുകൾ മുഖത്തിന്റെ രണ്ടു വശങ്ങളിലേക്കും പടർന്നിരുന്നു. ചൂണ്ടനൂലുകൾ ഉപയോഗിച്ച് ഭീമൻ മത്സ്യങ്ങളെ വേട്ടയാടി

പിടിച്ചതിനാൽ ഉണ്ടായ തഴമ്പുകൾ അയാളുടെ കൈകളിലും കാണാമായിരുന്നു. എന്നാൽ ഈ പാടുക്കളൊന്നും പുതിയവയായിരുന്നില്ല. മത്സ്യങ്ങളില്ലാത്ത മരുഭൂമിയിലെ മണ്ണൊലിപ്പിന്റെ അടയാളങ്ങളെ ഇത് ഓർമ്മിപ്പിച്ചു.

തന്റെ കണ്ണുകളൊഴികെ മറ്റെല്ലാം ആ വൃദ്ധനെ സംബന്ധിച്ചിടത്തോളം പഴക്കമുള്ളതുതന്നെയായിരുന്നു. പ്രസാദാത്മകവും അപരാജിതവുമായ ആ കണ്ണുകൾക്ക് കടലിന്റെ അതേ നിറമായിരുന്നു.

മീൻവഞ്ചി പിടിച്ചടുപ്പിച്ച് കരയിലേക്ക് കയറ്റുന്നതിനിടയിൽ ബാലൻ അയാളോടു പറഞ്ഞു. "സാന്തിയാഗോ, ഞാൻ നിങ്ങളോടൊപ്പം തോണിയിൽ വരാം. ഞങ്ങൾ കുറച്ചു പണം ഉണ്ടാക്കിയിട്ടുണ്ട്."

അവനെ മീൻ പിടിക്കാൻ പഠിപ്പിച്ചത് വൃദ്ധനായിരുന്നു. അവന് അയാളെ ഇഷ്ടമായിരുന്നു.

"വേണ്ട" അയാൾ പറഞ്ഞു. "ഭാഗ്യമുള്ള ഒരു വഞ്ചിയിലാണ് നീ ഇപ്പോൾ ജോലി ചെയ്യുന്നത്. അവരോടൊപ്പംതന്നെ നില്ക്കുന്നതാണ് നിനക്ക് നല്ലത്."

"നമുക്ക് എൺപത്തേഴുദിവസം തുടർച്ചയായി ഒരു മീൻപോലും കിട്ടാതിരുന്നത് ഓർമ്മയില്ലേ? പിന്നെ മൂന്നാഴ്ചയോളം എത്രയെത്ര വലിയ മീനുകളെയാണ് ഓരോ ദിവസവും നമ്മൾ പിടിച്ചത്."

"എനിക്ക് ഓർമ്മയുണ്ട്." വൃദ്ധൻ പറഞ്ഞു. "നീ എന്നെ വിട്ടുപോയതല്ലെന്ന് എനിക്കറിയാം. നിനക്ക് സംശയമായിരുന്നു."

"പപ്പയാണ് എന്നെ വിട്ടുപോകാൻ നിർബ്ബന്ധിച്ചത്. ഞാനൊരു കുട്ടിയല്ലേ? അദ്ദേഹത്തെ അനുസരിക്കാതിരിക്കാൻ എനിക്ക് ആവില്ലല്ലോ."

"എനിക്കറിയാം." അയാൾ പറഞ്ഞു. "തികച്ചും സ്വാഭാവികമാണത്."

"പപ്പയ്ക്ക് അങ്ങയിൽ വിശ്വാസം ഇല്ലായിരുന്നു."

"എന്നാൽ നമുക്ക് വിശ്വാസം ഉണ്ടായിരുന്നു അല്ലേ?" വൃദ്ധൻ ചോദിച്ചു.

"തീർച്ചയായും." ബാലൻ പറഞ്ഞു. "നമുക്ക് മട്ടുപ്പാവിൽ പോയിരുന്ന് ഓരോ ബിയർ കഴിച്ചാലോ... എന്നിട്ട് ഈ സാധനങ്ങളെല്ലാം വീട്ടിലേക്ക് കൊണ്ടുപോകാം."

"എന്തുകൊണ്ടു പാടില്ല" വൃദ്ധൻ പറഞ്ഞു. "നമ്മൾ മീൻപിടുത്തക്കാരുടെ ഇടയിൽ ഇതെല്ലാം പതിവല്ലേ?"

അവർ മട്ടുപ്പാവിലിരുന്നു ബിയർ കഴിച്ചുകൊണ്ടിരിക്കേ മീൻപിടുത്തക്കാരിൽ പലരും അയാളെ പരിഹസിച്ചു. അയാൾക്ക് അല്പംപോലും ദേഷ്യം വന്നില്ല. അവരിലെ പ്രായം ചെന്ന മുക്കുവർ അയാളുടെ നേരെ നോക്കി. അവർക്ക് അയാളോടു സഹാനുഭൂതി ഉണ്ടായിരുന്നെങ്കിലും അവരത് പ്രകടിപ്പിച്ചില്ല. ജലപ്രവാഹങ്ങളെക്കുറിച്ചും അവർ ചൂണ്ടയിട്ടി

രുന്ന ആഴക്കയങ്ങളെക്കുറിച്ചും ഇപ്പോഴത്തെ തെളിഞ്ഞ കാലാവസ്ഥയെക്കുറിച്ചും നേരിട്ട പരീക്ഷണങ്ങളെക്കുറിച്ചും അവർ പതിഞ്ഞ സ്വരത്തിൽ സംസാരിച്ചുകൊണ്ടിരുന്നു. അന്ന് നല്ല കോളുകിട്ടിയ മുക്കുവരും അവരുടെ കൂട്ടത്തിൽ ഉണ്ടായിരുന്നു. അവർ അന്ന് തങ്ങൾക്ക് കിട്ടിയ മർലിൻ മത്സ്യത്തെ വെളിസ്ഥലത്തുവച്ച് അറുത്തുമുറിച്ച് കഷണങ്ങളാക്കി. രണ്ടു മരത്തടിയിൽ നീളത്തിൽ തൂക്കിയിട്ട് ഓരോ അറ്റത്തും ഓരോരുത്തർ പിടിച്ച് മീൻചാപ്പയിലേക്ക് കൊണ്ടുപോയി. ഹവാനയിലെ മീൻചന്തയിലേക്ക് പോകുന്ന ഹിമക്കട്ടകൾ നിറച്ച വണ്ടിയും കാത്ത് അവർ അവിടെ നിന്നു. സ്രാവിനെ പിടിച്ചവർ അവയെ ഉൾക്കടലിന് എതിർവശത്തുള്ള മത്സ്യ സംസ്കരണ ശാലയിലേക്ക് കൊണ്ടുപോയി. അവിടെവച്ച് ഒരു മരക്കഷണത്തിൽവച്ച് വെട്ടി നുറുക്കി കരളുകൾ നീക്കം ചെയ്ത് ചിറകുകൾ അറുത്തുമാറ്റി, തൊലി ഉരിച്ചെടുത്ത് മാംസം ഉപ്പിട്ടുണക്കാൻ പാകത്തിൽ കഷണങ്ങളാക്കി വച്ചു.

കാറ്റ് കിഴക്കോട്ട് വീശിയപ്പോൾ മത്സ്യ സംസ്കരണശാലയിൽ നിന്നുള്ള ഗന്ധം തുറമുഖത്താകെ പരന്നു. കാറ്റ് ഗതി മാറി വടക്കോട്ട് വീശുകയും സാവധാനത്തിൽ നിലയ്ക്കുകയും ചെയ്തതുകൊണ്ട് ഇന്ന് നേരിയ തോതിൽ മാത്രമേ ദുർഗ്ഗന്ധം ഉണ്ടായിരുന്നുള്ളു. തെളിഞ്ഞ സൂര്യപ്രകാശത്തിൽ മട്ടുപ്പാവിലെ അന്തരീക്ഷം അതീവ ഹൃദ്യമായിരുന്നു.

“സാന്തിയാഗോ...” ബാലൻ വിളിച്ചു.

“എന്താ...” വൃദ്ധൻ വിളി കേട്ടു. അയാൾ കൈയിൽ ഗ്ലാസും പിടിച്ച് കടന്നുപോയ വർഷങ്ങളെക്കുറിച്ച് ആലോചിക്കുകയായിരുന്നു.

“ഞാൻ പോയി നിങ്ങൾക്ക് നാളേക്കുവേണ്ട മത്തി കൊണ്ടുവരട്ടെ?”

“വേണ്ട, നീ പോയി കുറച്ചുസമയം ബേസ്ബോൾ കളിക്ക്. എനിക്കിപ്പോഴും തുഴയാനാകും. റൊഗേലിയോ വല വീശുകയും ചെയ്യും.”

“ശരി ഞാൻ പൊയ്ക്കോളാം. നിങ്ങളോടൊപ്പം മീൻ പിടിക്കാൻ വരാനായില്ലെങ്കിലും മറ്റേതെങ്കിലും വിധത്തിൽ എനിക്ക് നിങ്ങളെ സഹായിക്കാനാകുമോ?”

“നീ എനിക്ക് ബിയർ വാങ്ങി തന്നുവല്ലോ.” വൃദ്ധൻ പറഞ്ഞു. “ഇപ്പോൾത്തന്നെ നീ മുതിർന്നിരിക്കുന്നു.”

“നിങ്ങൾ എന്നെ ആദ്യമായി തോണിയിൽ കൊണ്ടുപോയപ്പോൾ എനിക്ക് പ്രായം എത്രയായിരുന്നു എന്ന് നിങ്ങൾക്ക് ഓർമ്മയുണ്ടോ?”

“അഞ്ച്. ഒരു ഭയങ്കരൻ മീനിനെ ഞാനന്ന് പിടിച്ച് വഞ്ചിയിലേക്കിട്ടപ്പോൾ അത് നിന്നെ കൊന്നുകളയേണ്ടതായിരുന്നു. വഞ്ചിയും അവൻ തകർത്തുകളഞ്ഞേനേ. നിനക്ക് ഓർമ്മയുണ്ടോ അതെല്ലാം?”

“അവൻ വാലുകൊണ്ട് ചുഴറ്റിയടിച്ചതും തോണിയുടെ തട്ടുകൾ തകർത്തതും നിങ്ങളതിനെ അടിക്കുന്ന ശബ്ദം കേട്ടതും എനിക്ക് ഓർ

മ്മയുണ്ട്. നിങ്ങളെന്നെ വഞ്ചിയുടെ അണിയത്തേക്ക് എടുത്തെറിഞ്ഞു. നനഞ്ഞ ചൂണ്ടനൂലുകളുടെ വളയങ്ങളായിരുന്നു അവിടെ മുഴുവനും. വഞ്ചി ആകെ ആടിയുലയുകയായിരുന്നു. ഒരു വലിയ മരം വെട്ടിയിടുന്ന തുപോലെ നിങ്ങളവനെ തല്ലി തകർത്തു. അവന്റെ ചോരയുടെ മനോഹരമായ ഗന്ധം എന്റെ ശരീരത്തിലാകെ പരന്നു."

"ശരിക്കും നിനക്കത് ഓർമ്മിക്കുവാൻ സാധിക്കുന്നുണ്ടോ? അതോ ഞാൻ നിന്നോട് പറഞ്ഞത് ഓർത്തെടുക്കുകയാണോ?"

"നമ്മൾ ആദ്യമായി കടലിൽ പോയതുമുതലുള്ള എല്ലാ കാര്യങ്ങളും എനിക്ക് ഓർമ്മയുണ്ട്."

സൂര്യതാപം ഏറ്റ് കരുവാളിച്ച, ആത്മവിശ്വാസം തുളുമ്പുന്ന, സ്നേഹം നിറഞ്ഞ കണ്ണുകൾകൊണ്ട് അയാൾ അവനെ നോക്കി.

"നീ എന്റെ മകനായിരുന്നുവെങ്കിൽ ഞാൻ നിന്നെ ചൂതുകളിക്കാൻ കൊണ്ടുപോയേനേ..." അയാൾ പറഞ്ഞു. "എന്നാൽ നീ നിന്റെ മാതാപിതാക്കളുടേതായിപ്പോയി. പോരാത്തതിന് നീ ഇപ്പോൾ നല്ല ഐശ്വര്യമുള്ള വഞ്ചിയിലും."

"ഞാൻ മത്തി കൊണ്ടുവരട്ടെ? മാത്രമല്ല, നാലു ചൂണ്ടക്കൊളുത്തുകൾ കിട്ടുന്ന സ്ഥലവും എനിക്കറിയാം."

"ഇന്നത്തെ നാലെണ്ണവും എന്റെ കൈയിൽ ഉണ്ട്. ഞാനത് ഒരു പെട്ടിയിൽ ഉപ്പിട്ട് വച്ചിരിക്കുകയാണ്."

"പുതിയ നാലെണ്ണം ഞാൻ കൊണ്ടുവരട്ടെ?"

"ഒന്നുമതി." വൃദ്ധൻ പറഞ്ഞു. അയാളുടെ പ്രതീക്ഷയും ആത്മവിശ്വാസവും ഒരിക്കലും നഷ്ടപ്പെട്ടിരുന്നില്ല. ഇപ്പോൾ ഇളങ്കാറ്റ് വീശുമ്പോൾ അവയ്ക്ക് പുതുമ ലഭിക്കുന്നു.

"രണ്ട്" ബാലൻ പറഞ്ഞു.

"രണ്ട്" വൃദ്ധൻ സമ്മതിച്ചു. "നീ ഇത് മോഷ്ടിച്ചതൊന്നുമല്ലല്ലോ?"

"ഞാൻ അങ്ങനെ ചെയ്യാറെല്ലാമുണ്ട്" ബാലൻ പറഞ്ഞു. "എന്നാൽ ഇത് ഞാൻ വാങ്ങിയതാണ്."

"വളരെ നന്ദി" വൃദ്ധൻ പറഞ്ഞു.

താനെപ്പോഴെല്ലാമാണ് അപമാനിതനായതെന്ന് ചിന്തിക്കുവാൻ ആവാത്തവിധം സരളമനസ്കനായി മാറിയിരുന്നു അയാൾ. താൻ അപമാനിതനായിരിക്കുന്നു എന്ന കാര്യം അയാൾക്ക് അറിയാമായിരുന്നു. എന്നാൽ അതൊരിക്കലും അപമാനകരമല്ലെന്നും യഥാർത്ഥ അഭിമാനം അങ്ങനെ നഷ്ടപ്പെടുത്താനാവില്ലെന്നും അയാൾ മനസ്സിലാക്കിയിരുന്നു.

"ഈ നീരൊഴുക്ക് നാളെ കടലിനെ നല്ലൊരു ദിവസമാക്കി മാറ്റും" അയാൾ പറഞ്ഞു.

"നിങ്ങൾ എങ്ങോട്ടാണ് പോകുന്നത്?" ആ ബാലൻ ചോദിച്ചു.

"കാറ്റിന്റെ ഗതി മാറുമ്പോൾ പുറങ്കടലിലേക്ക് പോകും. വെളിച്ചം വീഴുന്നതിനുമുമ്പ് എനിക്ക് പുറങ്കടലിൽ എത്തണം."

"അവിടേക്കുപോയി മീൻ പിടിക്കാൻ ഞാനവരെ പ്രേരിപ്പിക്കാം." ആ ബാലൻ പറഞ്ഞു. "ഏതെങ്കിലും വലിയ മീൻ നിങ്ങളുടെ ചൂണ്ടയിൽ കുരുങ്ങുകയാണെങ്കിൽ ഞങ്ങൾക്കെത്തി നിങ്ങളെ സഹായിക്കാല്ലോ."

"പുറങ്കടലിൽ പോകാൻ അയാൾക്കിഷ്ടമല്ല."

"അതെ അതു ശരിയാണ്." ബാലൻ പറഞ്ഞു. "എന്നാൽ അയാൾക്ക് കാണാൻ സാധിക്കാത്ത എന്തെങ്കിലും ഞാൻ കാണും. ഏതെങ്കിലും പക്ഷി പറക്കുന്നതോ മറ്റോ.... അപ്പോൾ ഡോൾഫിനു പിന്നാലെ പോകാൻ അയാൾ തയ്യാറാകും."

"അയാളുടെ കാഴ്ച അത്രയ്ക്ക് മോശമാണോ?"

"മിക്കവാറും അന്ധനാണയാൾ"

"അത് വിചിത്രമായിരിക്കുന്നു." വൃദ്ധൻ പറഞ്ഞു. "അയാൾ ഒരിക്കലും കടലാമയെ പിടിക്കാൻ പോയിട്ടില്ലല്ലോ. ആ പണിയല്ലേ കണ്ണുകളെ നശിപ്പിക്കുക?"

"അങ്ങനെയെങ്കിൽ നിങ്ങൾ വർഷങ്ങളോളം മസ്കിറ്റോ കടൽ തീരത്ത് കടലാമകളെ വേട്ടയാടി പിടിക്കാൻ പോയിരുന്നതല്ലേ? എന്നിട്ടും നിങ്ങളുടെ കണ്ണിന്റെ കാഴ്ചയ്ക്ക് തകരാറൊന്നും സംഭവിച്ചില്ലല്ലോ."

"ഞാനൊരു സാധാരണ വൃദ്ധനല്ല." അയാൾ പറഞ്ഞു.

"എന്നാൽ ഇപ്പോൾ ശക്തനായ ഒരു മീനിനെ നേരിടാൻ തക്കവണ്ണം കരുത്തനാണോ നിങ്ങൾ?"

"ഞാനിപ്പോഴും കരുതുന്നത് അങ്ങനെയാണ്. കൂടാതെ എന്റെ കൈവശം ധാരാളം തന്ത്രങ്ങളും ഉണ്ട്."

"നമുക്ക് ഈ സാധനങ്ങളെല്ലാം വീട്ടിലേക്ക് കൊണ്ടുപോകാം." ബാലൻ പറഞ്ഞു. "അവിടെനിന്ന് വീശുവലയെടുക്കാം, മത്തിയും പിടിക്കാം."

അവർ വഞ്ചിയിൽനിന്ന് പണിയായുധങ്ങൾ എല്ലാം എടുത്തു. വൃദ്ധൻ പാമരം തന്റെ തോളിലേറ്റി. ചുറ്റുകളായി വച്ച ബലമാർന്ന വക്കുളോടുകൂടിയ ചരടുകളും വലിയ ചൂണ്ടയും പിടിയുള്ള ചാട്ടുളിയും വച്ച മരപ്പെട്ടി അവനും കൈയിൽ എടുത്തു. ചൂണ്ടക്കൊളുത്തുകൾ വച്ചിരുന്ന പെട്ടി വഞ്ചിയുടെ അമരത്തിനുതാഴെ ആയിരുന്നു. അവിടെ വലിയ മീനുകളെ വഞ്ചിയിലേക്ക് വലിച്ചു കയറ്റുമ്പോൾ അടിച്ചു കൊല്ലാനുള്ള ദണ്ഡും ഉണ്ടായിരുന്നു. വൃദ്ധന്റെ സാധന സാമഗ്രികൾ ഒന്നും ആരും മോഷ്ടിക്കുക പതിവില്ല. കാറ്റുപായയിലും കട്ടിയുള്ള ചരടുകളിലും മഞ്ഞുതുള്ളികൾ വീഴുന്നത് നല്ലതല്ല. അവിടത്തുകാരായ ആളുകളൊന്നും തന്റെ സാധന സാമഗ്രികൾ മോഷ്ടിക്കുകയില്ലെങ്കിൽക്കൂടി, ഒരു വലിയ ചൂണ്ടയും ചാട്ടുളിയും വഞ്ചിയിൽ വയ്ക്കുന്നത് അനാവശ്യമായ പ്രലോഭനങ്ങളാകുമെന്ന് വൃദ്ധൻ ചിന്തിച്ചു.

അവർ രണ്ടുപേരും ഒന്നിച്ച് തെരുവിലൂടെ നടന്ന് വൃദ്ധന്റെ കുടിലിൽ എത്തി. തുറന്നുകിടന്ന വാതിലിലൂടെ അകത്ത് കടന്നു. പാമരം, ചുരുട്ടി ക്കെട്ടിയ കാറ്റുപായയോടെ ചുവരിൽ ചാരി വച്ചു. പെട്ടിയും മറ്റു പണി ആയുധങ്ങളും ബാലൻ അതിനരികെ കൊണ്ടുവന്നു വച്ചു. കുടിലിലെ ഒരു മുറിയുടെ അത്ര നീളമുണ്ടായിരുന്നു പാമരത്തിന്. ഗുവാനോ എന്നു പേരുള്ള പനവർഗ്ഗത്തിൽപ്പെട്ട വിശിഷ്ടമായ മരത്തിന്റെ ഉറപ്പാർന്ന തളിരിലകൾ കൊണ്ട് നിർമ്മിക്കപ്പെട്ടതായിരുന്നു ആ കുടിൽ. അതി നകത്ത് ഒരു കിടക്കയും ഒരു മേശയും ഒരു കസേരയും ആണ് ഉണ്ടായി രുന്നത്. അഴുക്കുപിടിച്ച തറയിൽ കൽക്കരി ഉപയോഗിച്ച് പാചകം ചെയ്യാ നുള്ള ഒരിടവും ഉണ്ട്. ഉറപ്പുള്ള നാരുകളോടുകൂടിയ ഗുവാനോയുടെ ഇലകൾ നിരനിരയായി പതിച്ചുവച്ച തവിട്ടുനിറമുള്ള ചുവരിൽ വർണ്ണ ചിത്രങ്ങൾ പതിച്ചു വച്ചിരുന്നു. യേശുക്രിസ്തുവിന്റെ തിരുഹൃദയത്തി ന്റെയും കോബറിലെ പുണ്യവതിയുടെയും ചിത്രങ്ങളായിരുന്നു അവ. അയാളുടെ ഭാര്യയുടെ ഓർമ്മകൾ ഉണർത്തുന്നവയായിരുന്നു ആ ചിത്ര ങ്ങൾ. ഒരുകാലത്ത് ആ ചുവരിൽ അയാളുടെ ഭാര്യയുടെ നിറം മങ്ങിയ ചിത്രങ്ങളും ഉണ്ടായിരുന്നു. അതുകാണുമ്പോൾ തന്റെ ഏകാന്തത വർദ്ധിക്കുന്നതായി അനുഭവപ്പെടുന്നതിനാൽ അയാൾ അത് എടുത്തു മാറ്റി. ഇപ്പോഴത് അലമാരയുടെ ഒരു മൂലയിൽ അയാളുടെ വൃത്തിയുള്ള ഷർട്ടിനിടയിലായി സൂക്ഷിച്ചിരിക്കുന്നു.

“നിങ്ങൾക്ക് കഴിക്കാൻ എന്താണുള്ളത്?” ബാലൻ ചോദിച്ചു.

“ഒരു പാത്രം മഞ്ഞച്ചോറും മീനും. നിനക്കും അല്പം കഴിക്കണോ?”

“വേണ്ട. ഞാൻ കുറെ കഴിഞ്ഞേ കഴിക്കുന്നുള്ളു. ഞാൻ നിങ്ങൾക്ക് തീ കൂട്ടി തരട്ടെ?”

“കുറച്ചു കഴിഞ്ഞ ശേഷം ഞാൻ തന്നെ തീ കൂട്ടിക്കോളാം. അല്ലെ ങ്കിൽ തണുത്ത ചോറ് തിന്നേണ്ടി വരും.”

“വീശുവല ഞാൻ എടുത്തോട്ടെ?”

“പിന്നെന്താ... എടുത്തോളൂ.”

സത്യത്തിൽ അവിടെ വീശുവല ഉണ്ടായിരുന്നില്ല. എപ്പോഴാണ് അവ രത് വിറ്റത് എന്ന കാര്യം ആ ബാലന് നല്ല ഓർമ്മയുണ്ടായിരുന്നു. എന്നാൽ എന്നും അവർ ഈ നാടകം തുടർന്നുപോന്നു. മാത്രമല്ല, പാത്രം നിറയെ മഞ്ഞച്ചോറും മീനും ഇല്ല എന്ന കാര്യവും അവന് അറിയാമാ യിരുന്നു.

“ഭാഗ്യമുള്ള ഒരു സംഖ്യയാണ് എൺപത്തഞ്ച്” വൃദ്ധൻ പറഞ്ഞു. “ആയിരം പൗണ്ടിലേറെ ഭാരമുള്ള ഒരു മത്സ്യവുമായി ഞാൻ വരുന്നതു കാണാൻ നീ ആഗ്രഹിക്കുന്നില്ലേ?”

“ഞാൻ വീശുവല കൊണ്ടുപോയി മത്തി പിടിക്കാം. അതുവരെ നിങ്ങൾ ഈ ഉമ്മറത്തിരുന്ന് വെയിൽ കാഞ്ഞുകൊള്ളുമോ?”

"ശരി. എന്റെ കൈവശം ഇന്നലത്തെ പത്രമുണ്ട്. ഞാൻ ബേസ് ബോൾ കളിയുടെ വിവരണം വായിച്ചിരുന്നുകൊള്ളാം."

ആ പത്രത്തിന്റെ കാര്യവും കെട്ടുകഥയാണോ എന്നവൻ സംശയിച്ചു. അപ്പോഴേക്കും അയാൾ കിടക്കയുടെ അടിയിൽനിന്നും പത്രം പുറത്തെടുത്തു.

"ബൊഡേഗയിൽ വച്ച് ഇതെനിക്ക് പെറീകോ തന്നതാണ്" അയാൾ വിശദീകരിച്ചു.

"മത്തി കിട്ടിക്കഴിഞ്ഞാൽ ഉടനെതന്നെ ഞാൻ തിരിച്ചു വരും. എന്നിട്ട് ഞാനത് മുഴുവനും ഐസിലിട്ട് സൂക്ഷിക്കും. രാവിലെ നമുക്കത് പങ്കു വച്ചെടുക്കാം. ഞാൻ മടങ്ങി വരുമ്പോൾ നിങ്ങളെനിക്ക് ബേസ്ബോളിനെ കുറിച്ച് പറഞ്ഞു തരണം."

"യാങ്കികൾ തോല്ക്കാൻ സമ്മതിക്കില്ല."

"എന്നാൽ ക്ലീവ്ലാന്റിലെ ഇന്ത്യക്കാരെ എനിക്കു ഭയമാണ്."

"എന്റെ കുഞ്ഞേ... യാങ്കികളിൽ വിശ്വാസം അർപ്പിക്കൂ... മഹാനായ ഡിമാഗിയോയെക്കുറിച്ച് ചിന്തിക്കൂ..."

"ഡിട്രോയിട്ടിലെ കടുവകളെയും ക്ലീവ് ലാന്റിലെ ഇന്ത്യക്കാരെയും എനിക്ക് ഭയമാണ്."

"നീ കരുതിയിരുന്നുകൊള്ളൂ.. അല്ലെങ്കിൽ സിൻസിനാറ്റിയിലെ ചുവപ്പന്മാരെയും ചിക്കാഗോയിലെ വെള്ള സോക്സുകാരെയും ഭയപ്പെടേണ്ടി വരും."

"എന്തായാലും നിങ്ങളത് വായിക്കു... എന്നിട്ട് ഞാൻ തിരിച്ചു വന്നാൽ എനിക്ക് മുഴുവനും പറഞ്ഞുതരണം."

"എൺപത്തിയഞ്ചിൽ അവസാനിക്കുന്ന ഒരു ലോട്ടറി ടിക്കറ്റ് നമുക്ക് വാങ്ങാനാകുമോ? നാളെയാണ് എൺപത്തഞ്ചാമത്തെ ദിവസം."

"നമുക്ക് വാങ്ങാം." ബാലൻ പറഞ്ഞു. "എന്നാൽ നിങ്ങളുടെ ആ മഹത്തായ റെക്കാഡുണ്ടല്ലോ. എൺപത്തിയേഴ്. അതായാലോ?"

"ഒരിക്കലും അത് രണ്ടു പ്രാവശ്യം സംഭവിക്കുകയില്ല. എൺപത്തഞ്ച് കണ്ടുപിടിക്കാൻ പറ്റുമെന്ന് നിനക്ക് തോന്നുന്നുണ്ടോ?"

"ഒരെണ്ണം ഞാൻ ഏർപ്പാടാക്കാം."

"ഒറ്റ ഒന്നു മതി. അതായത് രണ്ടര ഡോളർ. ആരുടെ കൈയിൽ നിന്ന് നമുക്ക് ആ തുക കടം വാങ്ങാനാകും?"

"അത് എളുപ്പമാണ്. രണ്ടര ഡോളർ എനിക്ക് കടം വാങ്ങാവുന്നതേ ഉള്ളൂ"

"എനിക്കും സാധിക്കുമെന്ന് തോന്നുന്നു. കടം വാങ്ങാതിരിക്കാനാണ് എന്റെ ശ്രമം. ആദ്യം നീ കടം മേടിക്ക്. പിന്നെ ആ കടം വീട്ടാൻ നീ ആരോടെങ്കിലും ചോദിക്ക്."

"കുറച്ച് സമയം വെയിൽ കായൂ" അവൻ പറഞ്ഞു. "നമ്മൾ സെപ്തംബർ മാസത്തിലൂടെയാണ് കടന്നു പോകുന്നതെന്ന് ഓർമ്മയുണ്ടായിരിക്കണം."

"വലിയ മീനുകൾ വരുന്ന മാസം." വൃദ്ധൻ പറഞ്ഞു. "മേയിൽ ഏതൊരുത്തനും മീൻപിടുത്തക്കാരനാകാം."

"ഞാനിപ്പോൾ മത്തി പിടിക്കുവാൻ പോവുകയാണ്." ബാലൻ പറഞ്ഞു.

അവൻ പുറത്തു പോയി തിരികെ എത്തിയപ്പോൾ വൃദ്ധൻ കസേരയിൽ ഇരുന്ന് ഉറക്കമായിരുന്നു. സൂര്യൻ ചക്രവാളത്തിൽ പോയി മറഞ്ഞു കഴിഞ്ഞിരുന്നു. അവൻ കിടക്കയിൽനിന്ന് പഴയ സൈനികപ്പുതപ്പെടുത്ത് കസേരയുടെ പുറകിലൂടെ വൃദ്ധന്റെ തോളുകൾക്കു മുകളിൽ ഇട്ടു. വളരെ അസാധാരണമായ തോളുകൾ. പ്രായം ഏറെയായിട്ടും ഇപ്പോഴും ബലിഷ്ഠമായവ. കഴുത്തും ദൃഢതയുള്ളതാണ്. വൃദ്ധൻ തല മുന്നിലേക്കാഞ്ഞ് ഉറങ്ങുന്നതിനാൽ കഴുത്തിൽ അധികം ചുളിവുകൾ കാണാനില്ല. പല തവണ കീറി തുന്നിക്കൂട്ടിയ അയാളുടെ ഷർട്ട് ഒരു തോണിപ്പായ പോലെ തോന്നിപ്പിച്ചു. ഷർട്ടിൽ തുന്നിച്ചേർത്ത കഷണങ്ങൾ വെയിലേറ്റ് നരച്ച് നിറം മങ്ങിപ്പോയിരുന്നു. കാഴ്ചയിൽ വളരെയേറെ പ്രായം തോന്നിപ്പിക്കുന്നതായിരുന്നു അദ്ദേഹത്തിന്റെ ശിരസ്സ്. കണ്ണുകൾ അടഞ്ഞിരിക്കുന്ന അവസ്ഥയിൽ കിടക്കുമ്പോൾ മുഖത്ത് ജീവന്റെ ലക്ഷണമേ കാണാൻ ഉണ്ടായിരുന്നില്ല. വർത്തമാന പത്രം അയാളുടെ കാൽമുട്ടുകൾക്കുമേലെ കിടന്നിരുന്നു. കൈകളുടെ ഭാരം സായന്തനക്കാറ്റിൽ പറന്നുപോകാതെ അതിനെ തടഞ്ഞു നിർത്തിയിരുന്നു. വൃദ്ധൻ നഗ്നപാദനായിരുന്നു.

വൃദ്ധനെ ഉണർത്താൻ മെനക്കെടാതെ അവൻ പുറത്തിറങ്ങിപ്പോയി. കുറെ സമയം കഴിഞ്ഞ് അവൻ തിരിച്ചെത്തിയപ്പോഴും വൃദ്ധൻ സുഖസുഷുപ്തിയിൽത്തന്നെ ആയിരുന്നു.

"എണീക്കു അപ്പൂപ്പാ.." അവൻ പറഞ്ഞു. കൈ കൊണ്ട് അയാളുടെ കാലുകളിൽ തട്ടി.

വൃദ്ധൻ കണ്ണുതുറന്നു. ഒരു ദീർഘയാത്ര കഴിഞ്ഞ് തിരിച്ചു വരുന്നതുപോലെയായിരുന്നു നിമിഷനേരത്തേക്ക് അദ്ദേഹത്തിന്റെ കണ്ണുകളിലെ ഭാവം. അയാൾ പുഞ്ചിരിച്ചു.

"നിനക്കെന്താണ് കിട്ടിയത്?" വൃദ്ധൻ ചോദിച്ചു.

"അത്താഴം" ബാലൻ പറഞ്ഞു. നമ്മൾ രണ്ടുപേരും അത്താഴം കഴിക്കാൻ പോവുകയാണ്."

"എനിക്ക് അത്ര വിശപ്പു തോന്നുന്നില്ല."

"നിങ്ങൾ വന്ന് ആഹാരം കഴിക്കു.... അല്ലെങ്കിൽ നിങ്ങൾക്കു പിന്നെ

മീൻ പിടിക്കാൻ സാധിക്കുകയില്ല. ആഹാരം കഴിക്കാനും."

"എനിക്ക് കഴിയും." വൃദ്ധൻ എഴുന്നേറ്റ് പത്രമെടുത്ത് മടക്കി വച്ചു. പിന്നെ പുതപ്പെടുത്ത് മടക്കാൻ തുടങ്ങി.

"പുതപ്പെടുത്ത് പുതച്ചു കൊള്ളൂ" ബാലൻ പറഞ്ഞു. "ഞാൻ ജീവിച്ചിരിക്കുന്നിടത്തോളം കാലം നിങ്ങൾ ഒന്നും തിന്നാതെയോ കുടിക്കാതെയോ മീൻ പിടിക്കാൻ പോവില്ല." അവൻ പറഞ്ഞു.

"അങ്ങനെയെങ്കിൽ നീ ദീർഘകാലം ജീവിച്ചിരിക്കണം. ഒപ്പം ആരോഗ്യവും ശ്രദ്ധിക്കണം." വൃദ്ധൻ പറഞ്ഞു.

"ഇപ്പാൾ നമ്മൾ എന്താണ് കഴിക്കാൻ പോകുന്നത്?"

"കറുത്ത പയറും ചോറും നേന്ത്രപ്പഴം വറുത്തതും പിന്നെ കുറച്ച് സ്റ്റൂവും"

മട്ടുപ്പാവിൽനിന്ന് രണ്ട് അടുക്കുള്ള ഒരു ലോഹപാത്രത്തിൽ ഇവയെല്ലാം അവൻ എടുത്തു കൊണ്ടുവന്നു. നാലു കത്തിയും മുള്ളും ചെറിയ കരണ്ടിയും അവൻ കീശയിൽ ഇട്ടിരുന്നു. അവ ഓരോന്നും വൃത്തിയുള്ള കടലാസിൽ പ്രത്യേകം പൊതിഞ്ഞിരുന്നു.

"ഇതെല്ലാം നിനക്ക് ആരാണ് തന്നത്?"

"ഉടമസ്ഥനില്ലേ, മാർട്ടിൻ."

"ഞാൻ അയാളോട് നന്ദി പറയേണ്ടിയിരിക്കുന്നു."

"അതെല്ലാം ഞാൻ പറഞ്ഞു കഴിഞ്ഞിരുന്നു." ബാലൻ പറഞ്ഞു. "ഇനി നിങ്ങൾ പ്രത്യേകം നന്ദി പറയേണ്ട ആവശ്യമില്ല."

"ഞാനയാൾക്ക് ഒരു വലിയ മീനിന്റെ ഉദരഭാഗത്തെ മാംസം മുഴുവനും കൊടുക്കും." വൃദ്ധൻ പറഞ്ഞു. "നമുക്ക് എത്ര പ്രാവശ്യമാണ് അയാൾ ഇങ്ങനെ ഭക്ഷണം തന്നിട്ടുള്ളത്?"

"അതെ. അതുതന്നെയാണ് ഞാനും വിചാരിക്കുന്നത്."

"അതിനേക്കാളും കൂടുതൽ എന്തെങ്കിലും കൊടുക്കണം. അയാൾക്ക് തീർച്ചയായും നമ്മളെക്കുറിച്ച് വിചാരമുണ്ട്."

"ഭക്ഷണം കൂടാതെ രണ്ടു ബിയറും കൊടുത്തയച്ചിട്ടുണ്ട്."

"ടിന്നുകളിൽ കിട്ടുന്ന ബിയർ എനിക്ക് വളരെ ഇഷ്ടമാണ്."

"അതെനിക്കറിയാം. എന്നാൽ ഇത് കുപ്പികളിൽ നിറച്ചതാണ്, ഹാടേ ബിയർ, കുപ്പികൾ ഞാൻ തിരിച്ച് കൊണ്ടുപോകും."

"അതു കൊള്ളാമല്ലോ." വൃദ്ധൻ പറഞ്ഞു.

"എന്നാൽ നമുക്കിനി ആഹാരം കഴിക്കാം."

"ഞാനത് നിങ്ങളോട് ചോദിക്കുവാൻ ഒരുങ്ങുകയായിരുന്നു." അവൻ പറഞ്ഞു. "നിങ്ങൾ തയ്യാറായിക്കഴിഞ്ഞാൽ മാത്രമേ ഞാൻ പാത്രം തുറക്കുകയുള്ളു."

"ശരി. ഇതാ ഞാൻ തയ്യാറായിക്കഴിഞ്ഞു." വൃദ്ധൻ പറഞ്ഞു. "ഒന്നു

കൈയും മുഖവും കഴുകേണ്ട ആവശ്യമേ ഉള്ളൂ."

എവിടെയാണ് കൈ കഴുകുക? ആ ബാലൻ വിചാരിച്ചു. ഗ്രാമീണ ശുദ്ധജല വിതരണകേന്ദ്രം പാതയുടെ താഴെ രണ്ടു തെരുവുകൾക്ക് അപ്പുറത്താണ്. അദ്ദേഹത്തിന് ആവശ്യമുള്ളത്ര വെള്ളം ഞാൻ ഇങ്ങോട്ടു കൊണ്ടുവരേണ്ടതായിരുന്നു. ഒപ്പം സോപ്പും വൃത്തിയുള്ള ഒരു ടവലും. എങ്ങനെ ഇത്ര ആലോചനയില്ലാതെ ആയിപ്പോയി! മഞ്ഞുകാലമാകുമ്പോഴേക്കും ഒരു ഷർട്ടും ജാക്കറ്റും ഷൂവും മറ്റൊരു കമ്പിളി പുതപ്പും കൂടി ഇദ്ദേഹത്തിനു കൊടുത്തേ പറ്റൂ.

"നിന്റെ സ്റ്റ്യൂ ഗംഭീരമായിരിക്കുന്നു." വൃദ്ധൻ പറഞ്ഞു.

"താങ്കൾ എന്നോട് ബേസ്ബോളിനെക്കുറിച്ച് സംസാരിക്കൂ...." ബാലൻ വൃദ്ധനോട് ആവശ്യപ്പെട്ടു.

"ഞാൻ നേരത്തെ പറഞ്ഞതുപോലെ അമേരിക്കൻ ലീഗിൽ യാങ്കികൾക്കുതന്നെയാണ് സാദ്ധ്യത." വൃദ്ധൻ സന്തോഷത്തോടെ പറഞ്ഞു.

"ഇന്ന് അവർ തോറ്റു" ബാലൻ പറഞ്ഞു.

"അതിൽ വലിയ കാര്യമൊന്നുമില്ല, മഹാനായ ഡിമാഗിയോ വീണ്ടും അയാളുടെ കരുത്ത് കാണിക്കാതിരിക്കില്ല."

"ടീമിൽ അവർക്ക് വേറെയും ആളുകൾ ഉണ്ടല്ലോ."

"അത് സ്വാഭാവികം തന്നെ. എന്നാൽ അയാളാണ് മാറ്റങ്ങൾ സൃഷ്ടിക്കുന്നത്. ബ്രൂക്ലിനും ഫിലാഡെൽഫിയും തമ്മിൽ കളിക്കുന്ന ലീഗിൽ ഞാൻ ബ്രൂക്ലിന് ഒപ്പമാണ്. ഡിക്സിസ്‌ലറെയും ഓൾഡ് പാർക്കിലെ ആ പ്രകടനങ്ങളെയും കുറിച്ചാണ് ഞാൻ ചിന്തിക്കുന്നത്."

"ഇന്നുവരെ അവരെപ്പോലെ മറ്റാരുംതന്നെ ഉണ്ടായിട്ടില്ല. അയാൾ ഒരുത്തനാണ് ഞാൻ കണ്ടിട്ടുള്ളതിൽ വച്ച് ഏറ്റവും ദൂരത്തിൽ പന്ത് അടിച്ച് തെറിപ്പിക്കുന്നത്."

"അയാൾ മട്ടുപ്പാവിൽ വരാറുണ്ടായിരുന്നത് നിനക്ക് ഓർമ്മയുണ്ടോ? മീൻ പിടിക്കാൻ പോകുമ്പോൾ അയാളെ ഒപ്പം കൂട്ടാൻ ഞാൻ ആഗ്രഹിച്ചിരുന്നു. ചോദിക്കുവാൻ എനിക്ക് വല്ലാത്ത സങ്കോചമായിരുന്നു. ഞാൻ ആ കാര്യം നിന്നോടും പറഞ്ഞിരുന്നു. എന്നാൽ നിനക്കും മടിയും സങ്കോചവും ആയിരുന്നു."

"എനിക്കറിയാം. എന്തായാലും അത് വലിയ മണ്ടത്തരമായിപ്പോയി. ചോദിച്ചിരുന്നു എങ്കിൽ അദ്ദേഹം തീർച്ചയായും നമ്മളോടൊപ്പം വരുമായിരുന്നു. എങ്കിലത് നമുക്ക് ജീവിതകാലം മുഴുവനും അഭിമാനിക്കാവുന്ന ഒരു സംഭവം ആകുമായിരുന്നു."

"മഹാനായ ഡിമാനിയോയെ മീൻ പിടുത്തത്തിന് കൊണ്ടുപോകാനും ഞാൻ ആഗ്രഹിക്കുന്നു." വൃദ്ധൻ പറഞ്ഞു. "അയാളുടെ പിതാവ് ഒരു മീൻപിടുത്തക്കാരനായിരുന്നു എന്ന് പലരും പറയുന്നത് ഞാൻ

കേട്ടിട്ടുണ്ട്. ചിലപ്പോൾ അദ്ദേഹവും നമ്മേപ്പോലെ ദരിദ്രനായിരുന്നിരിക്കണം. അതുകൊണ്ട് അദ്ദേഹത്തിന് തീർച്ചയായും നമ്മൾ പറയുന്നത് മനസ്സിലാകും."

"പ്രശസ്തനായ സിസ്ലറുടെ പിതാവ് ഒരിക്കലും ദരിദ്രനായിരിക്കുവാൻ സാദ്ധ്യതയില്ല. മാത്രമല്ല, എന്റെ പ്രായത്തിൽ അദ്ദേഹം വലിയ വലിയ ലീഗുകളിൽ കളിക്കുകയായിരുന്നു."

"നിന്റെ പ്രായത്തിൽ, ഞാൻ ഒരു പായക്കപ്പലിന്റെ പാമരത്തിനു മുന്നിലായിരുന്നു. ആഫ്രിക്കയിലേക്ക് ആയിരുന്നു ആ പായക്കപ്പലിന്റെ യാത്ര. സായാഹ്നങ്ങളിൽ കടലോരത്ത് സിംഹത്തെ കാണാനാകുമായിരുന്നു."

"ഈ കാര്യങ്ങളെല്ലാം നിങ്ങൾ എന്നോട് പറഞ്ഞിട്ടുണ്ട്. ഞാനോർക്കുന്നു."

"അല്ലാ.... ബേസ്ബോളിനെക്കുറിച്ചാണോ അതോ ആഫ്രിക്കയെ കുറിച്ചാണോ നമുക്കിപ്പോൾ സംസാരിക്കേണ്ടത്.."

"ബേസ്ബോളിനെക്കുറിച്ച് സംസാരിക്കാം." ബാലൻ പറഞ്ഞു. "മഹാനായ ജോൺ ജെ മക്ഗ്രോയെക്കുറിച്ച് പറഞ്ഞ് തരൂ..." ജെ യ്ക്ക് ജോതാ എന്നാണവൻ ഉച്ചരിച്ചത്.

നല്ല പ്രായമായതിനുശേഷവും അദ്ദേഹം മട്ടുപ്പാവിൽ വരാറുണ്ടായിരുന്നു. ഒരു പരുക്കൻ സ്വഭാവക്കാരനും പരുഷമായി സംസാരിക്കുന്നവനും ആയിരുന്നു ജോൺ ജെ മക് ഗ്രോ. മദ്യപിച്ചുകഴിഞ്ഞാൽ വല്ലാത്തൊരു സ്വഭാവമായിരുന്നു. ബേസ്ബോളിൽ എന്നപോലെ കുതിരകളിലും അദ്ദേഹത്തിന് വലിയ കമ്പമായിരുന്നു. തന്റെ കീശയിൽ എല്ലാ സമയത്തും കുതിരകളുടെ പേരെഴുതിയ ഒരു പട്ടിക ഉണ്ടായിരിക്കും. ടെലഫോണിലൂടെ കുതിരകളുടെ പേരുകൾ ഇടയ്ക്കിടെ വിളിച്ചു പറഞ്ഞു കൊണ്ടിരിക്കുകയും ചെയ്യും.

"അയാൾ അതിസമർത്ഥനായ ഒരു മാനേജർ ആയിരുന്നു." ബാലൻ പറഞ്ഞു. "ഏറ്റവും സമർത്ഥനായ മാനേജർ അയാളാണെന്നാണ് എന്റെ പപ്പ വിശ്വസിക്കുന്നത്."

"അത് അയാൾ ഇവിടെ സ്ഥിരമായി വന്നിരുന്നതുകൊണ്ടാണ്." വൃദ്ധൻ പറഞ്ഞു. "ഡ്യൂറോച്ചർ ഓരോ വർഷവും ഇവിടെ വരുന്നത് തുടർന്നിരുന്നു എങ്കിൽ അയാളാണ് ഏറ്റവും സമർത്ഥനായ മാനേജരെന്ന് നിന്റെ പപ്പ കരുതുമായിരുന്നു."

"വാസ്തവം പറഞ്ഞാൽ ആരാണ് ഏറ്റവും മിടുക്കനും സമർത്ഥനുമായ മാനേജർ ലൂക്കാണോ അതോ മൈൽഗോൺസാലെസോ?"

"രണ്ടുപേരും തുല്യരാണെന്നാണ് ഞാൻ വിചാരിക്കുന്നത്."

"അപ്പോൾ ഏറ്റവും സമർത്ഥനായ മീൻപിടുത്തക്കാരൻ നിങ്ങൾ

തന്നെയാണ്.” ബാലൻ പറഞ്ഞു.

“അല്ല... എന്നെക്കാൾ സമർത്ഥരായ പലരേയും എനിക്കറിയാം.”

“ആ.. ഹാ...” ബാലൻ പറഞ്ഞു. “നല്ല മീൻപിടുത്തക്കാർ ധാരാളം ഉണ്ടാകും. കൂടുതൽ സമർത്ഥരായ ചിലർ ഉണ്ടായേക്കാം. എന്നാൽ നിങ്ങൾക്കു തുല്യൻ നിങ്ങൾ മാത്രം.”

“നിന്നോടെനിക്ക് വളരെയധികം നന്ദിയുണ്ട്. നീ എന്നെ സന്തുഷ്ട നാക്കുന്നു. ഒരുപക്ഷേ, നല്ല മീനൊന്നും വരാനിടയില്ല. എന്നെക്കുറിച്ചുള്ള നിന്റെ ധാരണകൾ തെറ്റാണെന്ന് മീനുകൾ തെളിയിക്കുകയും ചെയ്യും.”

“പറയുന്നതുപോലെ നിങ്ങൾ ഇപ്പോഴും കരുത്തനാണെങ്കിൽ മീനുകൾ വരികതന്നെ ചെയ്യും.”

“വിചാരിക്കുന്നതുപോലെ ഞാനത്ര കരുത്തനല്ലെന്നു വരാം.” വൃദ്ധൻ പറഞ്ഞു. “എന്നാൽ എനിക്ക് ധാരാളം തന്ത്രങ്ങൾ അറിയാം. ഒന്നു തീരുമാനിച്ചാൽ അതു നടപ്പാക്കാൻ വേണ്ട മനോധൈര്യവും ഉണ്ട്.”

“നിങ്ങൾ ഇപ്പോൾത്തന്നെ പോയി കിടന്ന് ഉറങ്ങൂ. എങ്കിൽ മാത്രമേ രാവിലെ ഉന്മേഷത്തോടെ ഉണരാൻ സാധിക്കുകയുള്ളു. ഈ സാധന ങ്ങളെല്ലാം ഞാൻ തിരിച്ച് മട്ടുപ്പാവിൽ കൊണ്ടുപോയി വച്ചുകൊള്ളാം.”

“ശുഭരാത്രി... അതിരാവിലെ ഞാൻ നിന്നെ വിളിച്ചുണർത്താം.”

“നിങ്ങളാണ് എന്റെ നാഴികമണി.” ബാലൻ പറഞ്ഞു.

“പ്രായമാണ് എന്റെ നാഴികമണി.” വൃദ്ധൻ പറഞ്ഞു.

“എന്തുകൊണ്ടാണ് പ്രായമേറിയവർ വളരെ നേരത്തേ ഉണരുന്നത്? ചിലപ്പോൾ ദീർഘമേറിയ പകലിനുവേണ്ടിയായിരിക്കും.” വൃദ്ധൻ പറഞ്ഞു.

“അതൊന്നും എനിക്കറിഞ്ഞുകൂടാ. എനിക്കാകെ അറിയാവുന്നത് കൊച്ചുകുട്ടികൾ മുതിർന്നവരെ അപേക്ഷിച്ച് വളരെ കൂടുതൽ സമയം ഉറങ്ങുന്നു എന്നതുമാത്രമാണ്.” ബാലൻ പറഞ്ഞു.

“ഞാനെന്തായാലും ഓർമ്മിച്ചുകൊള്ളാം.” വൃദ്ധൻ പറഞ്ഞു. “ഞാൻ നിന്നെ കൃത്യസമയത്തുതന്നെ വിളിച്ചുണർത്തിക്കൊള്ളാം.”

“എന്റെ തോണിയുടമ എന്നെ വിളിച്ചുണർത്തുന്നത് എനിക്കി ഷ്ടമില്ല. അത് ഞാനയാളുടെ കീഴ്ജീവനക്കാരനാണ് എന്ന തോന്നൽ എന്നിൽ ജനിപ്പിക്കും.”

“അത് ഞാൻ മനസ്സിലാക്കുന്നു.”

“നിങ്ങൾ ഈ രാത്രിയിൽ നന്നായി ഉറങ്ങൂ...”

ബാലൻ പുറത്തേക്കിറങ്ങി പോയി. മേശപ്പുറത്ത് വിളക്കില്ലാതെ യാണ് അവർ ആഹാരം കഴിച്ചത്.

ഇരുട്ടത്ത് വസ്ത്രം അഴിച്ച് മാറ്റിവച്ച് അയാൾ കിടന്നു. തന്റെ കാൽ

ശരായിക്കുള്ളിൽ പത്രം ചുരുട്ടിവച്ച് തലയിണയാക്കി. കമ്പിളിപ്പുതപ്പിനുള്ളിൽ ചുരുണ്ടുകൂടി. കിടക്കയുടെ സ്പ്രിങ്ങുകളെ മൂടിയിരുന്ന പഴയ പത്രക്കടലാസുകളുടെ മേൽ കിടന്നുറങ്ങി.

അല്പസമയത്തിനകംതന്നെ അയാൾ മയക്കത്തിലാണ്ടു. ഉറക്കം പിടിച്ച ഉടനെ അയാൾ സ്വപ്നം കാണാൻ തുടങ്ങി. താൻ ബാല്യം കഴിച്ചുകൂട്ടിയ ആഫ്രിക്ക അയാളുടെ സ്വപ്നത്തിൽ തെളിഞ്ഞു. നീണ്ടു പരന്നു കിടക്കുന്നതും സ്വർണ്ണവർണ്ണമാർന്നതും വെളുത്തതുമായ കടൽക്കരകളും ഉയർന്ന കുന്നുകളും തവിട്ടുനിറത്തിലുള്ള കൂറ്റൻ പർവ്വതനിരകളും അയാൾ സ്വപ്നത്തിൽ കണ്ടു. ഈ അടുത്തകാലത്തായി അയാൾ ഓരോ രാത്രിയും കഴിച്ചുകൂട്ടുന്നത് ആ കടൽത്തീരത്താണ്. സ്വപ്നത്തിൽ തിരമാലകളുടെ ഗർജ്ജനം അയാൾ കേട്ടു. ആ തിരമാലകളെ കീറി മുറിച്ചു കൊണ്ട് നാടൻവഞ്ചികൾ അതിലൂടെ സഞ്ചരിക്കുന്നതും കണ്ടു. ഉറക്കത്തിൽ അയാൾ കപ്പലിന്റെ അടിത്തട്ടിൽ നിന്നുള്ള ടാറിന്റെയും ചണത്തിന്റെയും മണം തീവ്രതയോടെ അനുഭവിച്ചറിഞ്ഞു. പ്രഭാതത്തിൽ കരക്കാറ്റിലൂടെ വന്നെത്തുന്ന ആഫ്രിക്കയുടെ ഗന്ധവും അയാളറിഞ്ഞു.

സാധാരണയായി കരക്കാറ്റിന്റെ ഗന്ധം ഉയർന്നുപൊങ്ങുമ്പോൾ അയാൾ എഴുന്നേല്ക്കും. ഉടനെ വസ്ത്രം മാറി ചെന്ന് ബാലനെ ഉണർത്താറാണ് പതിവ്. എന്നാൽ ഇന്നുരാത്രി കാറ്റിന്റെ ഗന്ധം വളരെ നേരത്തെ എത്തി. അത് വളരെ നേരത്തെയാണെന്ന് സ്വപ്നത്തിൽ മനസ്സിലാക്കുകയും ചെയ്തു. ദ്വീപുകളുടെ വെളുത്ത ശൃംഗങ്ങൾ കടലിൽ ഉയർന്നു വരുന്നതും തുടർന്ന് സ്വപ്നം കണ്ടു. പിന്നീട് കാനറി ദ്വീപുകളിലെ വിവിധ തുറമുഖങ്ങളും കപ്പലുകൾ സുരക്ഷിതമായി നങ്കൂരമുറപ്പിക്കുന്ന താവളങ്ങളും അയാളുടെ സ്വപ്നങ്ങളിൽ നിറഞ്ഞുനിന്നു.

കൊടുങ്കാറ്റുകളോ സ്ത്രീകളോ അനിഷ്ടസംഭവങ്ങളോ വലിയമീനുകളോ ശക്തിപരീക്ഷണങ്ങളോ അല്ലെങ്കിൽ തന്റെ പ്രിയപത്നിയോ ഒന്നും തന്നെ അയാളുടെ സ്വപ്നങ്ങളിൽ പ്രത്യക്ഷപ്പെട്ടില്ല. ഇപ്പോൾ അയാളുടെ സ്വപ്നങ്ങളിൽ ആഫ്രിക്കയിലെ പ്രദേശങ്ങളും കടലോരങ്ങളിൽ അലസ ഗമനം നടത്തുന്ന സിംഹങ്ങളും മാത്രമായിരുന്നു. അവിടെ സിംഹങ്ങൾ പൂച്ചക്കുട്ടികളെപ്പോലെ കളിച്ചു നടന്നു. കുട്ടിയെ എന്ന പോലെ അയാൾ ആ സിംഹങ്ങളേയും സ്നേഹിച്ചു. അയാൾ ഒരിക്കലും കുട്ടിയെ സ്വപ്നത്തിൽ കണ്ടിട്ടില്ല.

വൃദ്ധൻ എഴുന്നേറ്റ് തുറന്നുകിടന്ന ജനവാതിലിലൂടെ ചന്ദ്രനെ നോക്കി. കാൽസറായി നിവർത്തി ധരിച്ചു. പുറത്തിറങ്ങി കുടിലിന് പുറകിൽ ചെന്ന് മൂത്രമൊഴിച്ചു. ബാലനെ വിളിച്ചുണർത്തുന്നതിനുവേണ്ടി തെരുവിലൂടെ നടന്നു. വെളുപ്പാൻകാലത്തെ തണുപ്പിൽ അയാളുടെ

ശരീരം വിറയ്ക്കുന്നുണ്ടായിരുന്നു. ശരീരം ചൂടാകാനാണ് വിറയ്ക്കുന്ന തെന്ന് അയാൾക്ക് അറിയാമായിരുന്നു. വൈകാതെ താൻ തോണി തുഴ യാൻ തുടങ്ങുമെന്നും.

ആ ബാലൻ താമസിച്ചിരുന്ന വീടിന്റെ കതകുകൾ പൂട്ടിയിരുന്നില്ല. അയാൾ ആ വാതിൽ പതുക്കെ തുറന്ന് ശബ്ദമുണ്ടാക്കാതെ നഗ്നപാദ നായി അകത്ത് കടന്നു. ആദ്യത്തെ മുറിയിൽത്തന്നെ അവൻ കട്ടിലിൽ കിടന്നുറങ്ങുന്നുണ്ടായിരുന്നു. മറഞ്ഞുകൊണ്ടിരിക്കുന്ന ചന്ദ്രവെളിച്ച ത്തിൽ അവനെ വ്യക്തമായി കാണാമായിരുന്നു. അയാൾ അവന്റെ കാലിൽ സ്പർശിച്ചു. അവൻ ഉണർന്ന് തന്റെ നേരെ നോക്കുന്നതുവരെ കാത്തുനിന്നു. അയാൾ തല കുലുക്കി. കുട്ടി കിടക്കയുടെ അടുത്തുള്ള കസേരയിൽനിന്നും കാൽസറായി എടുത്ത് കിടക്കയിൽ ഇരുന്നുകൊണ്ടു തന്നെ വലിച്ചു കയറ്റി.

വൃദ്ധൻ വാതിൽ തുറന്ന് പുറത്തിറങ്ങി. ബാലൻ അയാളുടെ പുറകെ നടന്നു.

“എനിക്ക് നിന്റെ കാര്യത്തിൽ വിഷമമുണ്ട്.” അയാൾ അവന്റെ തോളിൽ കൈവച്ചുകൊണ്ട് പറഞ്ഞു.

“ഓഹോ... അതൊന്നും സാരമില്ല.” ബാലൻ പറഞ്ഞു. “ആരാ യാലും ഇതെല്ലാം ചെയ്യേണ്ടതല്ലേ?”

തെരുവിലൂടെ നടന്ന് അവർ വൃദ്ധന്റെ കുടിലിൽ എത്തി. മുക്കുവന്മാർ ഇരുട്ടിന്റെ ഓരം ചാരി തങ്ങളുടെ തോണിയുടെ പാമരങ്ങളും ചുമന്നു കൊണ്ട് നഗ്നപാദരായി പോകുന്നുണ്ടായിരുന്നു.

അവർ വൃദ്ധന്റെ കുടിലിൽ എത്തി. കുട്ടി ചരടു ചുറ്റുകളും ചാട്ടുളിയും ചൂണ്ടയും ഒരു കുട്ടയിൽ എടുത്തു. കാറ്റുപായ ചുരുട്ടിക്കെട്ടിയ പാമരം വൃദ്ധനും തോളിൽ എടുത്തു.

“അങ്ങേക്ക് കാപ്പി വേണമോ?” ബാലൻ ചോദിച്ചു.

“നമുക്ക് ഈ സാധനങ്ങളെല്ലാം തോണിയിൽ കൊണ്ടുവച്ച ശേഷം കാപ്പി കുടിക്കാം.”

മീൻപിടുത്തക്കാർക്കുവേണ്ടി വെളുപ്പാൻ കാലത്ത് തുറന്നു വച്ചി ട്ടുള്ള ഒരു കാപ്പിക്കടയിൽ കയറി അവർ കാപ്പി കുടിച്ചു. കട്ടിപ്പാൽ ചേർ ത്തുണ്ടാക്കിയ കാപ്പി.

“നിങ്ങൾ നന്നായി ഉറങ്ങിയോ?” ആ ബാലൻ ചോദിച്ചു. അവന് ഉറക്കം വിട്ടുവരുന്നതേ ഉണ്ടായിരുന്നുള്ളൂ. ഉറക്കം ഉപേക്ഷിക്കുവാൻ അവന് വല്ലാത്ത വിഷമം ഉണ്ടായിരുന്നു.

‘‘വളരെ നന്നായി ഉറങ്ങി മനോലിൻ.’’ വൃദ്ധൻ പറഞ്ഞു. “ഇന്നെനിക്ക് വളരെ നല്ല ആത്മവിശ്വാസം തോന്നുന്നുണ്ട്.”

“എനിക്കും അങ്ങനെതന്നെ. ഇനി ഞാൻ നമുക്ക് രണ്ടുപേർക്കും

ചൂണ്ടയിൽ കോർക്കാനുള്ള മത്തിയും നിങ്ങൾക്ക് പുതിയ ചൂണ്ടക്കൊളുത്തുകളും കൊണ്ടുവരാം. ഞങ്ങളുടെ പണിസാധനങ്ങൾ എല്ലാം യജമാനൻ തന്നെയാണ് കൊണ്ടുവരാറ്. മറ്റാരും അത് ചെയ്യുന്നത് അദ്ദേഹത്തിനിഷ്ടമല്ല.''

“ആ കാര്യത്തിൽ നമ്മൾ വ്യത്യസ്തരാണ്.” വൃദ്ധൻ പറഞ്ഞു.

“അഞ്ചു വയസ്സുമുതൽ സാധനങ്ങൾ ചുമക്കാൻ ഞാൻ നിന്നെ അനുവദിച്ചില്ല.”

“എനിക്കതറിയാം.” അവൻ പറഞ്ഞു. “ഞാൻ കൃത്യസമയത്തു തന്നെ തിരിച്ചുവരാം. ഒരു കാപ്പി കൂടി കുടിച്ചുകൊള്ളൂ. നമുക്കിവിടെ കടം കിട്ടുമല്ലോ.”

ചെരുപ്പു ധരിക്കാതെ അവൻ പവിഴപ്പുറ്റുകൾ ചേർന്നുണ്ടായ പാറയിലൂടെ ഐസ് സൂക്ഷിക്കുന്ന സ്ഥലത്തേക്ക് നടന്നു. അവിടെയാണ് ചൂണ്ടക്കൊളുത്തുകൾ സൂക്ഷിച്ചിരുന്നത്.

വൃദ്ധൻ സാവധാനത്തിൽ കാപ്പി കുടിക്കാൻ തുടങ്ങി. ഇന്നത്തെ ദിവസം ഇതു മാത്രമായിരിക്കും തന്റെ ആഹാരമെന്നും അതുകൊണ്ട് അതു മുഴുവനും കുടിച്ചേ തീരൂ എന്നും ആയാൾക്കറിയാം.

തോണിയിൽവച്ച് ഭക്ഷണം കഴിക്കുന്നതിൽ മടുപ്പു തോന്നിയിരുന്നതിനാൽ കുറെ കാലമായി മീൻ പിടിക്കാൻ പോകുമ്പോൾ ഭക്ഷണം കൊണ്ടുപോകാറില്ല. തോണിയുടെ അണിയത്ത് ഒരു കുപ്പി വെള്ളം വച്ചിട്ടുണ്ട്. അന്നത്തെ ദിവസം അയാൾക്ക് ആവശ്യമുള്ളത് അതുമാത്രമാണ്.

മത്തിയും പത്രത്താളുകളിൽ പൊതിഞ്ഞ രണ്ടു ചൂണ്ടക്കൊളുത്തുമായി അവൻ തിരിച്ചെത്തി. കാലിനടിയിൽ മണൽത്തരികൾ ഞെരിഞ്ഞമരുന്നുണ്ടായിരുന്നു. അവർ തോണി കിടക്കുന്നിടത്തേക്ക് നടന്നു. അവർ തോണിയുയർത്തി. വെള്ളത്തിലേക്ക് തള്ളി ഇറക്കി.

“നല്ലതു വരട്ടെ.”

“അതെ. നല്ലതുവരട്ടെ.” വൃദ്ധൻ പറഞ്ഞു. അയാൾ തുഴകളുടെ ചരടുചുറ്റുകൾ തോണിയുടെ വക്കിലുള്ള കുറ്റികളിൽ ഘടിപ്പിച്ചു. ഇരുട്ടിൽ തിരമാലകളുടെ സമ്മർദ്ദത്തിനെതിരെ മുന്നോട്ടാഞ്ഞുകൊണ്ട് അയാൾ തുറമുഖത്തിന്റെ പ്രാന്തപ്രദേശത്തുനിന്നും അകലങ്ങളിലേക്ക് തുഴഞ്ഞു നീങ്ങി.

മറ്റു തീരങ്ങളിൽ നിന്നും വേറെയും തോണികൾ പുറംകടലിലേക്ക് പോകുന്നുണ്ടായിരുന്നു. അവരുടെ തുഴകൾ ഉയരുന്നതിന്റെയും താഴുന്നതിന്റെയും വെള്ളം പുറകോട്ടു തള്ളുന്നതിന്റെയും ശബ്ദം വൃദ്ധൻ കേട്ടു. ചന്ദ്രൻ ആ സമയത്ത് കുന്നുകൾക്കുതാഴെ മറഞ്ഞിരുന്നതിനാൽ ആ തോണികൾ അയാൾക്ക് കാണാൻ സാധിച്ചില്ല.

ചില സമയങ്ങളിൽ തോണികളിൽനിന്നുള്ള സംസാരം അയാളുടെ

കാതിൽ എത്തിയിരുന്നു. എങ്കിലും തുഴകളുടെ ശബ്ദം ഒഴിച്ചുനിർത്തിയാൽ പൊതുവെ നിശ്ശബ്ദമായിരുന്നു. തുറമുഖങ്ങളുടെ പ്രവേശനദ്വാരം വിട്ട് അകലെ എത്തിയപ്പോൾ ആ തോണികൾ ഓരോന്നും മീൻ ലഭിക്കാൻ സാദ്ധ്യതയുണ്ടെന്ന് തോന്നുന്ന ദിക്കുകളിലേക്ക് നീങ്ങി. വൃദ്ധന് താൻ വളരെ അകലെക്കാണ് തുഴഞ്ഞുപോകുന്നതെന്ന് അറിയാമായിരുന്നു. കരയുടെ ഗന്ധം പുറകിൽ ഉപേക്ഷിച്ച് പ്രഭാതത്തിലെ സമുദ്രത്തിന്റെ സംശുദ്ധമായ ഗന്ധത്തിലേക്ക് അയാൾ തോണി തുഴഞ്ഞു. മീൻപിടുത്തക്കാർ വലിയ കിണർ എന്നു വിളിക്കുന്ന വെള്ളക്കുത്തിലൂടെ തുഴഞ്ഞപ്പോൾ ഉൾക്കടലിന്റെ പ്രകാശം അയാൾക്ക് കാണാൻ സാധിച്ചു. അവിടെ എഴുനൂറു കാതം താഴെ വിവിധങ്ങളായ മീനുകൾ വന്നടിയുന്നതിനാലാണ് ആ പേര്. ആഴക്കടലിന്റെ ഉൾത്തടത്തിലെ ഭിത്തികൾക്കെതിരെ ശക്തമായ നീരൊഴുക്ക് സൃഷ്ടിച്ച പുഴയിൽ വിവിധങ്ങളായ മീനുകളുടെ കൂട്ടങ്ങൾ തമ്പടിച്ചിരിക്കുന്നു. ചെമ്മീനിന്റെയും ചൂണ്ടയ്ക്ക് ഇര കോർക്കുന്ന മീനുകളുടേയും പറ്റങ്ങൾ അവിടെ കാണാനാകും. ആഴത്തിലുള്ള മാളങ്ങളിൽനിന്നും കൂന്തൽമീനുകളുടെ കൂട്ടങ്ങൾ സമുദ്രോപരിതലത്തിലേക്ക് ഉയർന്നുവരുന്നതും ചില സമയങ്ങളിൽ കാണാനാകും. ഇരതേടി എത്തുന്ന ഭീമൻ മീനുകൾ അവയെ ആഹാരമാക്കുകയും ചെയ്യും.

ഇരുട്ട് സാവധാനത്തിൽ മായുന്നതും പ്രഭാതം പൊട്ടി വിടരുന്നതും വൃദ്ധന് അറിയാൻ സാധിച്ചു. തോണി തുഴയുന്നതിനിടെ, പറക്കുന്ന മീനുകൾ കടൽപ്പരപ്പിൽനിന്നും മേലോട്ട് ചാടുമ്പോൾ ഉണ്ടാകുന്ന ശബ്ദം കേൾക്കാം. അവ ഇരുളിലേക്കു പറന്നുയരുമ്പോൾ ഉണ്ടാകുന്ന സീൽക്കാരവും അയാളുടെ കാതിലെത്തി. കടലിലെ അദ്ദേഹത്തിന്റെ പ്രിയപ്പെട്ട കൂട്ടുകാരായിരുന്നു പറക്കും മീനുകൾ. അതുകൊണ്ട് അയാൾക്ക് അവയോട് പ്രത്യേക ഇഷ്ടമുണ്ടായിരുന്നു. പക്ഷികളോട് അയാൾക്ക് സഹതാപം ഉണ്ടായിരുന്നു. പ്രത്യേകിച്ചും എല്ലായിപ്പോഴും പറന്ന് ഇര തേടുന്ന ഇരുണ്ട ചെറിയ കടൽക്കാക്കകളോട്. മിക്കവാറും അവറ്റകൾക്ക് യാതൊന്നും കാണുവാനാകില്ല. പക്ഷികൾക്ക്, സൂത്രക്കാരും അതിശക്തരുമായവരെ ഒഴിച്ചുനിർത്തിയാൽ ബാക്കിയുള്ളവയ്ക്ക്, നമ്മേക്കാൾ കഠിനവും ക്ലേശകരവുമായ ജീവിതമാണ് എന്ന് അയാൾ മനസ്സിലാക്കിയിരിക്കുന്നു. സമുദ്രം ഇത്രമാത്രം അശാന്തവും ക്രൂരവുമായിരിക്കുമ്പോൾ എന്തുകൊണ്ടാവും മൃദുലങ്ങളും സുന്ദരങ്ങളുമായ മീവൽ പക്ഷികളെ സൃഷ്ടിച്ചിരിക്കുന്നത്. ആ മീവൽ പക്ഷികളെപ്പോലെ സുന്ദരിയും കാരുണ്യവതിയുമാണ് കടൽ എന്നിരിക്കിലും നിനച്ചിരിക്കാത്ത സമയത്ത് അതിക്രൂരയാകാനും അവൾക്ക് സാധിക്കും. കടൽപരപ്പിൽ പാറി പറന്ന് വെള്ളത്തിലേക്ക് ഊളിയിട്ട് ഉയരുന്ന, കുഞ്ഞുമീനുകളെ വേട്ടയാടുന്ന,

മൃദുലവും വിഷാദവുമായ സ്വരത്തിൽ പാടുന്ന പക്ഷികളെ സമുദ്രത്തോടു തട്ടിച്ചുനോക്കിയാൽ വളരെ ദുർബ്ബലരായിട്ടാണ് സൃഷ്ടിക്കപ്പെട്ടിട്ടുള്ളത്.

ലാ മാർ എന്നാണ് അയാൾ എല്ലായ്പോഴും കടലിനെക്കുറിച്ച് വിചാരിക്കാറുള്ളത്. അവളെ സ്നേഹിക്കുന്നവർ സ്പാനിഷ് ഭാഷയിൽ അവളെ വിളിക്കുന്നത് അങ്ങനെയാണ്. ചില സമയത്ത് അവരവളെ ചീത്തയും വിളിച്ചു. അവളൊരു സ്ത്രീയാണെന്ന നിലയ്ക്കാണ് അത്തരം കുറ്റപ്പെടുത്തലുകൾ. ചൂണ്ടകൾക്ക് ഒഴുകി നീങ്ങാൻ പൊങ്ങുതടികൾ ഉപയോഗിക്കുന്നവരും സ്രാവിന്റെ കരളുകൾ വിറ്റ പണംകൊണ്ട് യന്ത്രവല്കൃത ബോട്ടുകൾ വാങ്ങിയവരുമാണവർ. ഒരു എതിരാളി എന്നോ തങ്ങൾക്ക് അഗമ്യമായ ഒരു സ്ഥാനമെന്നോ എന്തിന് ഒരു ശത്രു എന്ന ഭാവത്തിലാണ് അവർ കടലിനെ വിശേഷിപ്പിച്ചിരുന്നത്. എന്നാൽ വൃദ്ധൻ കടലിനെക്കുറിച്ച് സ്മരിക്കുക ഒരു സ്ത്രീയായും മഹത്തായ അനുഗ്രഹങ്ങൾ ചൊരിയുകയും അത് നിഷേധിക്കുകയും ചെയ്യുന്ന ശക്തിസ്വരൂപിണിയായിട്ടുമാണ്. വന്യവും പൈശാചികവുമായ എന്തെങ്കിലും കാര്യങ്ങൾ ചെയ്യുന്നുണ്ടെങ്കിൽത്തന്നെ അവൾക്കത് തടയാൻ സാധിക്കാത്തതുകൊണ്ടാണ്. ഒരു സ്ത്രീയെ ചന്ദ്രൻ എപ്രകാരമാണോ സ്വാധീനിക്കുക അതുപോലെ ചന്ദ്രൻ അവളെ സ്വാധീനിക്കുന്നുണ്ടെന്ന് അയാൾ വിചാരിച്ചു.

അയാൾ ദൃഢനിശ്ചയത്തോടെ തുഴഞ്ഞു കൊണ്ടിരുന്നു. കൃത്യമായ വേഗത പാലിച്ചിരുന്നതുകൊണ്ട് തികച്ചും ക്ലേശരഹിതമായിരുന്നു ആ യാത്ര. നീരൊഴുക്കിൽ വല്ലപ്പോഴുംമാത്രം ഉണ്ടാകാറുള്ള ചുഴികളെ മാറ്റിനിർത്തിയാൽ സമുദ്രോപരിതലം പൊതുവെ ശാന്തമായിരുന്നു. തുഴച്ചിലിന്റെ ഒരു പങ്ക് അയാൾ ഒഴുക്കിന് വിട്ടുകൊടുത്തു. പ്രഭാതം പൊട്ടി വിടരാൻ ആരംഭിച്ചപ്പോഴേക്കും വിചാരിച്ചതിനേക്കാൾ വളരെയധികം ദൂരം അയാൾ താണ്ടിയിരുന്നു.

ഒരാഴ്ചയോളം അത്യഗാധമായ കടൽകിണർ കേന്ദ്രീകരിച്ച് പ്രവർത്തിച്ചു. ആ പരീക്ഷണവും വിജയമായില്ല. ഒരു കുഞ്ഞുമീൻപോലും തടഞ്ഞില്ല. ഇന്ന് ബോണിറ്റമീനുകളുടെയും അൽബാ കോർമീനുകളുടെയും പറ്റങ്ങൾ ധാരാളമായി കാണപ്പെടുന്ന സ്ഥലങ്ങൾ നോക്കാം. അവയുടെ കൂട്ടത്തിൽ വലിയൊരു മീൻ ഉണ്ടായേക്കാനുള്ള സാദ്ധ്യതയും തള്ളിക്കളയാൻ പറ്റുകയില്ല.

പ്രകാശം പൊട്ടിവിടരുന്നതിനുമുമ്പ് അയാൾ ചൂണ്ടക്കൊളുത്തുകളിൽ ഇര കോർത്ത് കടലിലേക്ക് എറിഞ്ഞു കഴിഞ്ഞു. വഞ്ചി ഒഴുക്കിനനുസരിച്ച് തെന്നി നീങ്ങിക്കൊണ്ടിരുന്നു.

ആഴങ്ങളിലേക്ക് ഒരു ചൂണ്ട ആണ്ടുപോയി. രണ്ടാമത്തേത് എഴുപത്തഞ്ചും മൂന്നാമത്തേതും നാലാമത്തേതും നൂറും നൂറ്റിയിരുപത്തഞ്ചും

ആൾ ആഴത്തിലാണ് ചെന്നുപതിച്ചത്. ഓരോ ചൂണ്ടയും ഇരമീനിന്റെ ഉള്ളിൽ കൊളുത്തിന്റെ മൊട്ടോടുകൂടി തല കിഴുക്കാംതൂക്കായി ഞാന്നു കിടന്നു. ചൂണ്ടക്കൊളുത്ത് ഇരമീനിന്റെ ഉള്ളിൽ കുത്തിയിറക്കി ബലമായി മുറുക്കി കെട്ടിയിരുന്നു. കൊളുത്തിന്റെ പുറത്തേക്ക് ഉന്തിനിന്നിരുന്ന ഭാഗങ്ങൾ വളഞ്ഞ ഭാഗവും കൂർത്ത മുനയും പുതിയ മത്തികൊണ്ട് പൊതിഞ്ഞിരുന്നു. ഓരോ മത്തിയുടെയും കണ്ണുകളിലൂടെയാണ് ചൂണ്ടക്കൊളുത്ത് കോർത്തിരുന്നത്. ഉരുക്കുകമ്പിയുടെ ഉന്തിനിന്നിരുന്ന ഭാഗത്ത് അവ പകുതിയണിഞ്ഞ മാലപോലെ കാണപ്പെട്ടു. ഒരു ഭീമൻ മത്സ്യത്തിന് ആ ചൂണ്ടയുടെ ഒരു ഭാഗവും ആസ്വാദ്യകരമായ ഗന്ധമില്ലാത്തതോ അരുചികരമോ ആയി തോന്നുകയില്ല.

ട്യൂണയുടെയോ അൽബക്കോറിന്റെയോ വർഗ്ഗത്തിൽപ്പെട്ട രണ്ടു ചെറിയ മീൻകുഞ്ഞുങ്ങളെ ബാലൻ അയാൾക്ക് കൊടുത്തിരുന്നു. ഏറ്റവും ആഴങ്ങളിലേക്ക് പോയ രണ്ടു ചരടുകളിൽ അവ ആഴം അളക്കാൻ ഉപയോഗിക്കുന്ന ഈയക്കട്ടികൾ പോലെ ഞാന്നുകിടന്നു. മറ്റുള്ളവയിൽ നേരത്തെ കൊരുത്ത വലിയ നീലക്കൊളുത്തും ഒരു വലിയ കപ്പിയും ഘടിപ്പിച്ചിരുന്നു. ഇപ്പോഴും അവ മീൻപിടുത്തത്തിന് ഉപയോഗിക്കാവുന്നവതന്നെ. അവയ്ക്ക് വലിയ മീനുകളെ ആകർഷിക്കുവാൻ തക്ക വിധത്തിലുള്ള സുഗന്ധവും ആകർഷകത്വവും നല്കുന്നതിന് നല്ല മുഴുത്ത മത്തികൾ അതിൽ കോർത്തിരുന്നു. ഒരു വലിയ പെൻസിലിന്റെ വണ്ണമുണ്ടായിരുന്നു ഓരോ ചരടിനും. കടുത്ത പച്ചച്ചായം തേച്ച വടിയോടു ചേർത്തു കെട്ടിയിരുന്നു. അതുകൊണ്ട് ഇരയുടെമേൽ ഏതെങ്കിലും തരത്തിലുള്ള സമ്മർദ്ദമോ സ്പർശമോ ഉണ്ടായാൽ അത് ആ വടി വെള്ളത്തിൽ താഴ്ത്തും. ഓരോ ചൂണ്ടച്ചരടിനും നാല്പത് ആൾ താഴ്ച ദൈർഘ്യമുള്ള കമ്പിച്ചുരുളുകളുണ്ട്. അവ മറ്റു വളയങ്ങളോട് ബന്ധിക്കാനാകും. ഒരു വലിയ മീനിന് അത് ആഗ്രഹിക്കുന്നപക്ഷം മുന്നൂറ് ആൾ താഴ്ചയോളം ചരടുവലിച്ച് കൊണ്ടുപോകുവാനും സാധിക്കും.

വഞ്ചിയുടെ സമീപത്തായി മൂന്നു വടികളും മുങ്ങുന്നതും പൊങ്ങുന്നതും വൃദ്ധൻ നോക്കിക്കൊണ്ടിരുന്നു. ചൂണ്ട നൂലുകൾ കൃത്യമായി ഉയരുന്നതും താഴുന്നതും ശരിയായ ആഴത്തിൽ എത്തുന്നതും സാധിക്കുന്ന വിധത്തിൽ ശാന്തമായി തോണി തുഴഞ്ഞു. പ്രകാശം പൂർണ്ണമായും പരന്നു കഴിഞ്ഞു. ഏത് നിമിഷത്തിലും നീലാകാശത്തിൽ സൂര്യൻ പ്രത്യക്ഷപ്പെടും.

ഉദയസൂര്യൻ കടലിൽനിന്നും പതുക്കെ പതുക്കെ ഉയർന്നു പൊങ്ങാൻ തുടങ്ങി. ഇപ്പോൾ വൃദ്ധന് സമീപത്തുള്ള മറ്റു തോണികളെ കാണാൻ സാധിക്കുന്നുണ്ട്. ജലോപരിതലത്തിൽനിന്നും അല്പം താഴ്ന്ന് കടൽക്കരയ്ക്കഭിമുഖമായി നീരൊഴുക്കിന് വിലങ്ങനെ അവ ചിതറിക്കിടക്കുന്നു.

സൂര്യപ്രകാശത്തിന് തിളക്കം ഏറിയേറി വന്നു. ഓളപ്പരപ്പിൽ അവ വെട്ടിത്തിളങ്ങി. സൂര്യൻ ഉയർന്നുപൊങ്ങുന്നതിനനുസരിച്ച് ജലോപരി തലത്തിൽ തിളക്കവും ശോഭയും വർദ്ധിച്ചുകൊണ്ടിരുന്നു. സമുദ്രത്തിൽ പതിച്ച പ്രഭാതസൂര്യന്റെ കിരണങ്ങൾ അയാളുടെ കണ്ണുകളെ മഞ്ഞ ളിപ്പിച്ചു. കണ്ണുകൾക്ക് വേദന അനുഭവപ്പെടാൻ തുടങ്ങിയപ്പോൾ ദൃഷ്ടി മാറ്റി അയാൾ തുഴഞ്ഞുകൊണ്ടേ ഇരുന്നു. അയാൾ തന്റെ കണ്ണുകൾ സമുദ്രാന്തർഭാഗത്തേക്ക് പായിച്ചുകൊണ്ട് ചൂണ്ടനൂലുകളുടെ ചലനങ്ങൾ സസൂക്ഷ്മം നിരീക്ഷിച്ചു. മറ്റൊരാൾക്കും ചെയ്യാൻ കഴിയുന്നതിനേക്കാൾ ഭംഗിയായി അയാൾ അവ വലിച്ചുനിർത്തി. നീരൊഴുക്കിനടിയിലെ കൂരി രുട്ടിലൂടെ കടന്നുപോകുന്ന ഏത് മീനിനെയും കാത്ത് ഒരു ചൂണ്ട ക്കൊളുത്തുണ്ടാകുമെന്ന കാര്യം ഉറപ്പാണ്. മറ്റുള്ളവർ ചൂണ്ടക്കൊ ളുത്തുകൾ ഒഴുക്കിനൊപ്പം സഞ്ചരിക്കുവാൻ വിടും. പല സമയത്തും ആ കൊളുത്തുകൾ നൂറ് ആൾ താഴ്ചയിലാണെന്ന് കരുതിയിരിക്കുമ്പോൾ അവ വെറും അറുപതാൾ താഴ്ചയിൽ മാത്രമായിരിക്കും.

“ചൂണ്ടച്ചരടുകളെ താൻ വളരെ കൃത്യതയോടെ നിയന്ത്രിക്കും” അയാൾ വിചാരിച്ചു. എന്നാൽ ഭാഗ്യം തനിക്ക് ഉണ്ടായിക്കൊള്ളണമെ ന്നില്ല. എങ്കിലും ആർക്കും അത് തറപ്പിച്ചുപറയാൻ സാധിക്കുകയില്ലല്ലോ. ഇന്നാണെങ്കിലോ ആ ദിവസം? ഓരോദിവസവും പുതുമയുള്ളതല്ലേ? ഭാഗ്യമുണ്ടാവുക എന്നത് മഹത്തായ ഒരു കാര്യം അല്ലേ? അതുകൊണ്ട് താൻ കൂടുതൽ കൂടുതൽ പരിശ്രമിക്കും. ഭാഗ്യം പടി കടന്നെത്തുമ്പോൾ എന്നെ സ്വീകരിക്കുവാൻ ധാരാളം ആളുകൾ കാണും.

സൂര്യൻ ഉദിച്ചുപൊങ്ങിയിട്ട് ഏതാണ്ട് രണ്ടു മണിക്കൂർ കഴിഞ്ഞു. കിഴക്കുഭാഗത്തേക്ക് നോക്കുമ്പോൾ ഇപ്പോൾ അയാൾക്ക് വേദനിക്കാ തായി. അയാളുടെ കൺവെട്ടത്ത് ഇപ്പോൾ മൂന്നു തോണികൾ മാത്രമേ ഉള്ളൂ. തീരത്തുനിന്നും അവ വളരെ അകന്നതുകൊണ്ട് ഒരു പൊട്ടു പോലെയാണ് കാണപ്പെട്ടത്.

ജീവിതകാലം മുഴുവനും പ്രഭാതസൂര്യൻ തന്റെ കണ്ണുകളെ വേദനി പ്പിച്ചിട്ടേയുള്ളു എന്ന കാര്യത്തെക്കുറിച്ച് അയാൾ ചിന്തിച്ചു. എന്നിട്ടും തന്റെ കണ്ണുകൾക്ക് ഇപ്പോഴും നല്ല കാഴ്ചയുണ്ട്. സായാഹ്നസൂര്യന്റെ നേർക്ക് വേദനയില്ലാതെ ഇപ്പോഴും തനിക്ക് നോക്കാൻ കഴിയും. സായാ ഹ്നസൂര്യന്റെ രശ്മികൾക്ക് വലിയ തീക്ഷ്ണതയുണ്ടെങ്കിലും പ്രഭാത സൂര്യനാണ് തന്റെ കണ്ണുകളെ കൂടുതൽ വേദനിപ്പിക്കാറ്.

അതേ നിമിഷത്തിൽത്തന്നെ ഒരു കടൽപ്പക്ഷി തന്റെ കറുത്തതും നീണ്ടു വിസ്തൃതവുമായ ചിറകുകൾ വിരിച്ച് അയാളുടെ തലയ്ക്ക് മുകളിലൂടെ വട്ടമിട്ട് പറക്കുന്നത് കണ്ടു. ഞൊടിയിടയിൽ ആ പക്ഷി തന്റെ ശക്തമായ പിൻചിറകുകൾ പിന്നോട്ട് ചെരിച്ച്, ചെരിഞ്ഞുതാഴ്ന്ന് പിന്നെയും വട്ടമിട്ട് പറന്നു.

"അവനെന്തോ കിട്ടിയിട്ടുണ്ട്." വൃദ്ധൻ ഉച്ചത്തിൽ വിളിച്ചു കൂവി. "അവൻ വെറുതെ വട്ടം ചുറ്റുകയല്ല."

പക്ഷി വട്ടമിട്ടുപറക്കുന്ന ദിശയിലേക്ക് അയാൾ ഒരേ വേഗതയിൽ തോണി തുഴഞ്ഞു. യാതൊരു ധൃതിയും അയാൾ കാണിച്ചില്ല. ചൂണ്ട ച്ചരടുകൾ നേർരേഖയിൽ നിർത്താൻ എല്ലായിപ്പോഴും ശ്രദ്ധിച്ചിരുന്നു. തോണി, ജലപ്രവാഹത്തിലേക്ക് അല്പം തിക്കി കയറ്റി. പക്ഷിയുടെ സഹായം ഇല്ലാതെതന്നെ അയാൾക്കിപ്പോൾ മീൻ പിടിക്കാമായിരുന്നു.

പക്ഷി ആകാശത്തിൽ വീണ്ടും വട്ടമിട്ടുപറന്നു. വീണ്ടും വീണ്ടും വട്ടമിട്ടുപറക്കുമ്പോഴും അതിന്റെ ചിറകുകൾ നിശ്ചലമായി. പൊടുന്ന നവേ അത് വെള്ളത്തിലേക്ക് ആഴ്ന്നിറങ്ങി. അതേ നിമിഷത്തിൽത്തന്നെ പക്ഷി ജലപ്പരപ്പിനുമുകളിൽ നൈരാശ്യത്തോടെ സഞ്ചരിക്കുന്നതും വൃദ്ധൻ കണ്ടു.

പറക്കും മത്സ്യത്തെ കണ്ട വൃദ്ധൻ ഉച്ചത്തിൽ വിളിച്ചുപറഞ്ഞു.

"അതൊരു ഡോൾഫിനാണ്." വൃദ്ധൻ സ്വയം മറന്ന് വിളിച്ചു കൂവി. "വലിയ ഡോൾഫിൻ."

അയാൾ തുഴച്ചിൽ നിർത്തി. പങ്കായം താഴെവച്ചശേഷം അണി യത്തിനു താഴെനിന്നും ചെറിയൊരു ചരടെടുത്തു. അതിലൊരു കഷണം കമ്പിയും ഒരിടത്തരം ചൂണ്ടയും ഉണ്ടായിരുന്നു. ഒരു മത്തിയെടുത്ത് അയാൾ ആ കൊളുത്തിൽ ഇരകോർത്തു. ചൂണ്ട ഒരു വശത്തേക്കെ റിഞ്ഞ് തോണിയുടെ അമരത്തുള്ള വളയത്തിൽ അതിന്റെ മറുഭാഗം ബന്ധിപ്പിച്ചു. അതിനുശേഷം അയാൾ വേറൊരു ചൂണ്ടയെടുത്ത് ഇരകോർത്ത് അണിയത്തിനരികിലായി ചുരുട്ടിയിട്ടു. നീണ്ട ചിറകുക ളുള്ള ആ കറുത്ത പക്ഷി ജലവിതാനത്തിന്റെ മുകൾപ്പരപ്പിലൂടെ താഴ്ന്ന് പറക്കുന്നത് ശ്രദ്ധിച്ചുകൊണ്ട് വീണ്ടും തുഴയാൻ ആരംഭിച്ചു.

വൃദ്ധൻ നോക്കിക്കൊണ്ടിരിക്കെത്തന്നെ പക്ഷി ചിറകുകൾ ചെരിച്ച് വെള്ളത്തിലേക്കു കൂപ്പുകുത്താനായി താഴ്ന്നു പറന്നു. പറക്കുംമീനിനെ പിന്തുടർന്ന ആ പക്ഷി തന്റെ ചിറകുകൾ ഭ്രാന്തമായി വീശിക്കൊ ണ്ടിരുന്നു. പക്ഷിയുടെ ശ്രമം തീർത്തും വിഫലമായിരുന്നു. വലിയ ഡോൾഫിൻ വെള്ളത്തിൽ ചെറിയ ചലനങ്ങൾ സൃഷ്ടിക്കുന്നത് വൃദ്ധനു കാണാൻ സാധിച്ചു. പക്ഷിയിൽനിന്നു രക്ഷപ്പെട്ട വലിയ മീനിനെ പിന്തു ടരുകയായിരുന്നു അത്. ആ മീൻ പറന്നു നീങ്ങുന്നതിനിടെ അതേ വേഗ തയിൽ ഡോൾഫിനുകളും നീന്തിക്കൊണ്ടിരുന്നു. മീൻ വെള്ളത്തിലേക്ക് പതിക്കുമ്പോൾ അവ തൊട്ടുതാഴെ ഉണ്ടാകും.

"അത് വലിയൊരു കൂട്ടം ഡോൾഫിനുകളാണ്" അയാൾ ചിന്തിച്ചു. അവ നാലുപാടും പരന്നു നീന്തിക്കൊണ്ടിരിക്കുകയാണ്. അതുകൊണ്ട് പറക്കുംമീനുകൾക്ക് ഇനി രക്ഷപ്പെടാൻ സാധിക്കുകയില്ല. പക്ഷിക്കും അതിനെ കിട്ടുമെന്ന് തോന്നുന്നില്ല. അതിന്റെ കൊക്കിലൊതുങ്ങുന്ന

തിനേക്കാൾ വലുതാണ് പറക്കും മീനുകൾ. വളരെ വേഗത്തിലാണ് അവ സഞ്ചരിക്കുന്നതും.

പറക്കുംമീനുകൾ പിന്നെയും പിന്നെയും ജലോപരിതലത്തിൽ ഉയർന്നു പൊങ്ങുന്നതും പക്ഷി അവയ്ക്കുപിന്നാലെ പറക്കുന്നതും അയാൾ നോക്കിക്കണ്ടു. പക്ഷിയുടെ ശ്രമം വൃഥാവിലായിരുന്നു.

ഡോൾഫിനുകളുടെ കൂട്ടം എന്നിൽനിന്നും അകന്നകന്നു പോവുകയാണ്. വളരെ വേഗതയിൽ വളരെ ദൂരേക്കാണ് അവ നീങ്ങിക്കൊണ്ടിരിക്കുന്നത്. ചിലപ്പോൾ ഒറ്റപ്പെട്ടു പോകുന്ന ഒരു മീനിനെ എനിക്ക് കിട്ടിയേക്കാം. എന്റെ വലിയ മീൻ അവയുടെ സമീപത്തായി ഇവിടെ അടുത്തെവിടെയെങ്കിലും കാണപ്പെടാനും ഇടയുണ്ട്.

കടലോരത്തിനുമുകളിലെ മേഘങ്ങൾ പർവ്വതങ്ങളെ പോലെ ഉയർന്നുനിന്നു. തീരപ്രദേശം ഇപ്പോൾ നീണ്ട ഒരു പച്ച വരയായി മാറിയിരുന്നു. വെള്ളത്തിനു കരിംനീല നിറമായിരുന്നു. ജലാന്തർഭാഗത്ത് അയാൾ കണ്ണയച്ചു. ഇരുണ്ട ജലത്തിൽ ചുവന്ന നിറത്തിലുള്ള കടൽ പുറ്റുകൾ വേർതിരിഞ്ഞ് കിടക്കുന്നത് അയാൾ കണ്ടു. ചൂണ്ടനൂലുകൾ കടലിന്റെ അഗാധതയിലേക്ക് ഇറങ്ങിച്ചെന്ന് കാഴ്ചയിൽനിന്നും മറഞ്ഞിരിക്കുന്നത് അയാൾ ശ്രദ്ധിച്ചു. ഇത്രയധികം പവിഴപ്പുറ്റുകൾ ഒരുമിച്ച് കാണാനായതിൽ അയാൾ സന്തോഷിച്ചു. അതിനിടയിൽ മീനുകൾ ഉണ്ടാകും എന്ന കാര്യം ഉറപ്പാണ്. സൂര്യൻ ഉച്ചിയിൽ എത്തി. കയത്തിലെ അസാധാരണമായ വെളിച്ചം ഭേദപ്പെട്ട കാലാവസ്ഥയെ ആണ് സൂചിപ്പിക്കുന്നത്. കരപ്രദേശത്തിനുമുകളിൽ പ്രത്യക്ഷപ്പെട്ട മേഘങ്ങളും ഇതു തന്നെയാണ് സൂചിപ്പിക്കുന്നത്.

പക്ഷി ഇപ്പോൾ ഏറെക്കുറെ കാഴ്ചയിൽനിന്നും മറഞ്ഞു കഴിഞ്ഞു. ചില പായലുകളും വിഷക്കുമിളകളും തോണിയുടെ സമീപത്ത് ഒഴുകി നടന്നിരുന്നതല്ലാതെ മറ്റൊന്നുംതന്നെ കാണാൻ ഇല്ലായിരുന്നു. പെട്ടെന്നാണ് മഴവിൽനിറമാർന്ന ജലസഞ്ചിയോടുകൂടിയ കടൽജീവി അയാളുടെ കണ്ണിൽ പെട്ടത്. മാരകമായ നീണ്ട തന്തുക്കൾ ഒരു വാര പിന്നിലേക്ക് നീട്ടി ഒഴുകി നടക്കുകയായിരുന്നു അത്.

"അഗ്വാ മാല..." വൃദ്ധൻ ഉച്ചത്തിൽ വിളിച്ചു പറഞ്ഞു. "നീ ചീത്തയാണ്."

തുഴകൾ അവക്കെതിരെ ആഞ്ഞു ചലിപ്പിച്ചുകൊണ്ട് അയാൾ താഴേക്കു നോക്കി. ആ വിഷജീവിയുടെ ഇടയിലൂടെ ചെറുമത്സ്യങ്ങൾ നീങ്ങുന്നുണ്ട്. മീനുകൾക്ക് വിഷത്തിനെതിരെ പ്രതിരോധശേഷിയുണ്ട്. എന്നാൽ മനുഷ്യരുടെ കാര്യം അങ്ങനെയല്ല. അഗ്വാ മാലയിൽനിന്നുള്ള വിഷം അതിവേഗത്തിലാണ് ബാധിക്കുക. ചാട്ടയടി പോലെ പൊടുന്നനവേ ഏല്ക്കും.

മഴവിൽശോഭയിൽ തിളങ്ങുന്ന ഈ കുമിളകൾ അതീവ മനോഹരമാണ്. എന്നാൽ അവയാണ് കടലിലെ ഏറ്റവും മോശം വസ്തുക്കളും. വലിയ കടലാമകൾ അവയെ വിഴുങ്ങുന്ന കാഴ്ച വൃദ്ധൻ സന്തോഷത്തോടെ നോക്കിയിരിക്കും. കടലാമകൾ നേരെ അവയുടെ മുന്നിൽ എത്തും. കണ്ണുകൾ അടയ്ക്കും. ഈ അവസരത്തിൽ അവ പൂർണ്ണമായും തോടുകളുടെ അകത്തേക്ക് ഉൾവലിയും. നാരുകൾ എല്ലാം അടക്കം കടലാമകൾ അവയെ വിഴുങ്ങും. ആമകൾ അവയെ തിന്നുന്നതുകാണാൻ വൃദ്ധന് ഇഷ്ടമായിരുന്നു. കൊടുങ്കാറ്റു വീശിയ ഒരു കടൽക്കരയിൽ കടലാമകൾക്കരികിലൂടെ സഞ്ചരിക്കുവാനും തന്റെ പാദരക്ഷകൾ അവയുടെ പുറത്ത് പതിപ്പിക്കാനും അപ്പോൾ അവ പുറപ്പെടുവിക്കുന്ന ശബ്ദം കേൾക്കാനും അയാൾ ഇഷ്ടപ്പെട്ടിരുന്നു.

വേഗതയും ഗാംഭീര്യവും സൗന്ദര്യവും മാത്രമല്ല, വില കൂടുതൽ കിട്ടുമെന്നുള്ളതും കടലാമകളെ ഇഷ്ടപ്പെടാൻ ഒരു കാരണമായിരുന്നു. ഭീമാകൃതി ഉള്ളവരും വിഡ്ഢികളും എന്നാൽ കലഹപ്രിയരുമായ കടലാമകളോട് എന്നും അയാൾക്ക് സൗഹൃദം പൂണ്ട വെറുപ്പായിരുന്നു. അവയുടെ പുറന്തോടുകൾക്ക് മഞ്ഞനിറമായിരുന്നു. തീർത്തും അസാധാരണമായ പ്രണയചേഷ്ടകളാണ് അവറ്റകൾ പ്രകടിപ്പിക്കാറുള്ളത്.

അയാൾ വർഷങ്ങളായി ആമകളെ വേട്ടയാടാനുള്ള തോണികളിൽ പോകാറുള്ളതുകൊണ്ട് ആമകളെക്കുറിച്ച് യാതൊരു അബദ്ധധാരണകളും അയാൾക്കില്ലായിരുന്നു. കടലാമകളോട് വൃദ്ധന് എന്നും സഹതാപമായിരുന്നു. ശരീരം പിന്നിലേക്ക് ഉന്തി നില്ക്കുന്ന അവറ്റകൾക്ക് ഒരു മീൻതോണിയോളം വലുപ്പം ഉണ്ടായിരുന്നു. ആയിരം കിലോയെങ്കിലും ഭാരം കാണും ഓരോന്നിനും. ആമ വേട്ടയ്ക്കിറങ്ങുന്ന ഭൂരിഭാഗം ആളുകളും അവറ്റകളോട് അതിക്രൂരമായാണ് പെരുമാറാറ്. വെട്ടിമുറിച്ച് കൊന്നതിനുശേഷവും അവറ്റകളുടെ ഹൃദയം മണിക്കൂറുകളോളം പിടയ്ക്കും. തനിക്കും അവയുടേതുപോലുള്ള ഹൃദയമാണുള്ളതെന്ന് വൃദ്ധന് തോന്നി. തന്റെ കൈകാലുകളും അവയുടേതുപോലെ തന്നെയാണ്. ശരീരത്തിന് കരുത്തു ലഭിക്കുന്നതിനുവേണ്ടി അയാൾ കടലാമകളുടെ വെളുത്ത മുട്ടകൾ ഭക്ഷിച്ചു. സെപ്തംബറിലും ഒക്ടോബറിലും ഭീമൻ മീനുകളെ വേട്ടയാടുന്നതിനുള്ള കരുത്താർജ്ജിക്കുവാൻ വേണ്ടിയായിരുന്നു ആ തീറ്റ.

മുക്കുവന്മാർ എല്ലാവരും അവരവരുടെ പണിയായുധങ്ങൾ സൂക്ഷിച്ചിരുന്നത് ഒരു പഴയ കുടിലിലാണ്. അവിടെയുള്ള വലിയ ഒരു വീപ്പയിൽനിന്ന് അയാൾ എല്ലാ ദിവസവും ഓരോ കോപ്പ മീനെണ്ണയെടുത്ത് കുടിച്ചു. ആവശ്യക്കാർക്കെല്ലാം അതിൽനിന്നും എടുത്തു കുടിക്കാൻ പാകത്തിനാണ് അത് സൂക്ഷിച്ചിരിക്കുന്നത്. ഭൂരിഭാഗം ആളുകൾക്കും

അതിന്റെ രുചി ഇഷ്ടപ്പെട്ടിരുന്നില്ല. എന്നാൽ പ്രഭാതത്തിൽ ഉണ്ടാവുന്ന നിദ്രാഭംഗം പോലെ അരോചകമായിരുന്നില്ല..

തണുപ്പുമൂലം ഉണ്ടാകുന്ന എല്ലാവിധ രോഗങ്ങൾക്കും അത് വളരെ നല്ല പ്രതിവിധിയായിരുന്നു. കണ്ണിന്റെ കാഴ്ചയ്ക്കും അത് വളരെ നല്ലതായിരുന്നു.

വൃദ്ധൻ മുകളിലേക്ക് നോക്കി. അപ്പോഴും പക്ഷി വട്ടമിട്ട് പറക്കുന്നു ണ്ടായിരുന്നു.

"അവൻ മീനിനെ കണ്ടെത്തിക്കഴിഞ്ഞിരിക്കുന്നു." അയാൾ ഉച്ചത്തിൽ വിളിച്ചുപറഞ്ഞു.

പറക്കുംമീനുകളൊന്നും ജലോപരിതലത്തിലേക്ക് ഉയർന്നു വന്നില്ല ചൂണ്ടയിൽ ഇര കോർക്കാൻ ഉപയോഗിക്കുന്ന കുഞ്ഞുമീനുകളുടെ ചിതറി തെറിച്ച കൂട്ടങ്ങളേയും കാണാൻ സാധിച്ചില്ല. വൃദ്ധന്റെ കൺമുന്നി ലൂടെ ഒരു ട്യൂണാമത്സ്യം വായുവിൽ ഉയരുകയും പുറം തിരിഞ്ഞ് വെള്ള ത്തിലേക്കുതന്നെ പതിക്കുകയും ചെയ്തു. ട്യൂണാമത്സ്യം സൂര്യപ്രകാ ശത്തിൽ വെള്ളിക്കഷണം പോലെ വെട്ടിത്തിളങ്ങി. ഒന്നിനുപുറകെ ഒന്നായി ട്യൂണാമത്സ്യങ്ങൾ എല്ലാ ദിക്കുകളിലേക്കും ചാടിത്തുടങ്ങി. ഉപരിതലത്തിലെ ജലത്തെ ഇളക്കി മറിച്ചുകൊണ്ട് ചൂണ്ടയിൽ കുരുക്കിയ ഇരയ്ക്കുപുറകേ കുതിച്ചുചാട്ടങ്ങൾ നടത്തി. അതുകൾ ഇരയെ വട്ടം കറക്കുകയും മുന്നോട്ട് ഓടിക്കുകയും ചെയ്തു

ട്യൂണാമത്സ്യങ്ങൾ അതിവേഗം സഞ്ചരിച്ചിരുന്നില്ലായിരുന്നുവെങ്കിൽ തനിക്ക് അവയെ കീഴ്പ്പെടുത്താൻ സാധിക്കുമായിരുന്നുവെന്ന് വൃദ്ധൻ ചിന്തിച്ചു. മത്സ്യകൂട്ടം ജലോപരിതലത്തിൽ കളിച്ചുപുളച്ച് നുരയും പതയും ഉണ്ടാക്കിക്കൊണ്ടിരുന്നു. മത്സ്യങ്ങളുടെ ആവേശത്തിമിർപ്പിനിട യിൽ ജലോപരിതലത്തിലെത്തിയ ഒരു ഇരമീനിനെ, താഴ്ന്ന് പറന്ന് ഒരു പക്ഷി കൊത്തിയെടുത്ത് തിരിച്ചുപറന്നു.

"ആ പക്ഷി ശരിക്കും ഒരു സഹായം തന്നെയാണ്." വൃദ്ധൻ സ്വയം പറഞ്ഞു.

ആ നിമിഷത്തിൽത്തന്നെ അയാളുടെ കാലുകൾക്കിടയിൽ വലിഞ്ഞു നിന്നിരുന്ന ചൂണ്ടനൂൽ വലിഞ്ഞുമുറുകി. ചൂണ്ടചരടിന്റെ കുരുക്ക് അവിടെയായിരുന്നു വച്ചിരുന്നത്. അയാൾ തുഴ താഴെ വച്ചു. ചൂണ്ടച്ചരട് മുറുകെ പിടിച്ചു തുടർന്ന് സാവകാശം അതിനെ തോണിക്കക ത്തേക്ക് വലിക്കാൻ തുടങ്ങി. വലിക്കുംതോറും അതിന്റെ പിടച്ചിൽ കൂടുതൽ കൂടുതൽ മനസ്സിലാക്കാൻ സാധിച്ചു. ട്യൂണ മീനിന്റെ ശക്തിയും സമ്മർദ്ദവും അയാൾക്ക് അനുഭവപ്പെട്ടു. മത്സ്യത്തെ അകത്തേക്ക് വലി ക്കുന്നതിനനുസരിച്ച് സമ്മർദ്ദവും വർദ്ധിച്ചുകൊണ്ടിരുന്നു. തോണിയുടെ ഒരു വശത്തുകൂടെ അതിനെ ഉയർത്തിയെടുക്കുന്നതിനുമുമ്പുതന്നെ

ജലോപരിതലത്തിൽ മത്സ്യത്തിന്റെ ഇളം നീല നിറത്തിലുള്ള പിൻഭാഗവും വശങ്ങളിലെ സുവർണ്ണശോഭയും കാണാമായിരുന്നു. തോണിയുടെ പിൻഭാഗത്ത് വെയിലിൽ, ഒതുക്കമുള്ള, വെടിയുണ്ടയുടെ രൂപസാദൃശ്യമുള്ള അവൻ കിടന്നു. തുറിച്ചതും വലുതുമായ അവന്റെ മണ്ടൻ കണ്ണുകൾ സൂര്യപ്രകാശത്തിൽ തിളങ്ങി. വൃത്തിയുള്ളതും വേഗത്തിൽ ചലിച്ചുകൊണ്ടിരിക്കുന്നതുമായ അതിന്റെ വാൽകൊണ്ട് തോണിയുടെ പലക മേൽ വലിയ ആഘാതമേല്പിച്ചുകൊണ്ട് അത് പ്രാണനുവേണ്ടി പിടയുകയാണ്. ആ കാഴ്ച കണ്ട് ദയ തോന്നിയ വൃദ്ധൻ, അതു വേഗത്തിൽ ചാവുന്നതിനു വേണ്ടി തലയിൽ ശക്തമായി പ്രഹരിച്ചു. അമരത്തിന്റെ നിഴലിൽ അതിന്റെ ശരീരം അപ്പോഴും പിടച്ചിൽ നിർത്തിയിരുന്നില്ല.

“ആൽബക്കോർ” അയാൾ വിളിച്ചുകൂവി.

“ഇവൻ നല്ലൊരു ചൂണ്ടയിരയായിരിക്കും. ഒരു പത്തു റാത്തലെങ്കിലും ഭാരം കാണും.”

ഒറ്റയ്ക്കിരിക്കുമ്പോൾ എപ്പോഴാണ് താൻ ഉച്ചത്തിൽ സംസാരിച്ചു തുടങ്ങിയതെന്ന് അയാൾക്ക് ഓർക്കാനായില്ല. പണ്ടൊക്കെ തനിച്ചിരിക്കുന്ന രാത്രികാലങ്ങളിൽ അയാൾ പാടുക പതിവായിരുന്നു. ഒറ്റപാമരത്തോടു കൂടിയ മീൻവള്ളങ്ങളിലോ ആമവേട്ടയ്ക്കുപോകുന്ന തോണിയിലോ ഒറ്റയ്ക്കിരിക്കുമ്പോൾ ഉറക്കം വരാതിരിക്കുന്നതിനു വേണ്ടി അയാൾ പാടി തുടങ്ങി.

ബാലൻ തന്നെ വിട്ടുപോയതിനു ശേഷമാണ് അയാൾ ഉച്ചത്തിൽ സംസാരിക്കുവാൻ തുടങ്ങിയത്. അപ്പോഴാണല്ലോ അയാൾ തീർത്തും ഒറ്റപ്പെട്ടുപോയത്. അവർ രണ്ടുപേരും ഒന്നിച്ച് മീൻ പിടിക്കുമ്പോഴും ദീർഘനേരം സംസാരിക്കുകയൊന്നും പതിവില്ല. അത്യാവശ്യ സന്ദർഭങ്ങളിൽ മാത്രം എന്തെങ്കിലും മിണ്ടും. രാത്രികാലങ്ങളിലാണ് അവർ സംസാരിക്കുക പതിവ്. അല്ലെങ്കിൽ മോശം കാലാവസ്ഥയിൽ കാറ്റും കോളും ഉണ്ടാകുമ്പോഴും മാത്രം. ഉൾക്കടലിൽ അധികം സംസാരിക്കാതിരിക്കുന്നതാണ് നല്ലത് എന്ന ആശയത്തെ വൃദ്ധൻ മാനിച്ചിരുന്നു. എന്നാൽ ഇപ്പോൾ അയാൾ പല പ്രാവശ്യം തന്റെ മനോഗതം ഉറക്കെയുറക്കെ പറഞ്ഞു. മറ്റാരും അടുത്തില്ലാത്തതിനാൽ അലോസരത്തിന്റെ പ്രശ്നം ഉണ്ടാവുകയില്ലല്ലോ.

“ഞാനിങ്ങനെ ഒറ്റയ്ക്ക് ഉറക്കെ സംസാരിക്കുന്നത് ആരെങ്കിലും കേട്ടാൽ എനിക്ക് വട്ടാണെന്നേ കരുതൂ.” അയാൾ വീണ്ടും ഉറക്കെത്തന്നെ പറഞ്ഞു.

“എന്നാൽ എനിക്ക് വട്ടല്ലല്ലോ. അതുകൊണ്ട് ഞാനത് കണക്കിലെടുക്കുന്നുമില്ല. കാശുള്ളവരെ സംബന്ധിച്ചിടത്തോളം വഞ്ചികളിൽ

അവരോട് സംസാരിക്കുവാനും ബേസ്ബോൾ കളികളുടെ വാർത്തകളറിയുവാനും റേഡിയോ ഉണ്ടല്ലോ."

ബേസ്ബോൾ കളിയെക്കുറിച്ച് ചിന്തിക്കുവാനുള്ള സമയമല്ല ഇത്. വൃദ്ധൻ വിചാരിച്ചു. ഒരൊറ്റ കാര്യത്തെക്കുറിച്ചു മാത്രം ചിന്തിക്കേണ്ട സമയമാണിത്. എന്റെ ജന്മദൗത്യം എന്തായിരുന്നുവോ അതിനെക്കുറിച്ച്! മീനുകളുടെ പറ്റത്തിനടുത്തെവിടെയെങ്കിലും ആ വലിയ മീൻ ഉണ്ടായിരിക്കും. ഇരതേടിക്കൊണ്ടിരുന്ന ആൽബ കോറിന്റെ കൂട്ടത്തിൽനിന്നും വഴി തെറ്റി പോന്ന ഒരെണ്ണത്തെ മാത്രമാണ് ഞാൻ പിടിച്ചത്. അവ വളരെ അകലേക്ക് വളരെ വേഗതയിൽ നീന്തിക്കൊണ്ടിരിക്കുകയാണ്. കയത്തിൽ ദൃശ്യമായതെല്ലാം വളരെ വേഗത്തിലാണ് സഞ്ചരിക്കുന്നത്. ഇന്നത്തെ പകലിന്റെ എന്തെങ്കിലും പ്രത്യേകതയുമാണോ ഇത്? അല്ലെങ്കിൽ എനിക്കു മനസ്സിലാകാത്ത, കാലാവസ്ഥയുടെ എന്തെങ്കിലും സൂചനയാണോ?

തീരദേശത്തിന്റെ പച്ച നിറം ഇപ്പോൾ അയാൾക്ക് കാണാൻ സാധിക്കുന്നില്ല. മഞ്ഞുതൊപ്പി ധരിച്ച പോലെ വെള്ളനിറത്തിൽ കാണാവുന്ന നീലക്കുന്നുകളുടെ മുകൾഭാഗവും അവയ്ക്കുമുകളിൽ ഉയർന്ന മഞ്ഞുമലകൾപോലെ തോന്നിപ്പിച്ച മേഘങ്ങൾ മാത്രം കാണാനുണ്ട്. കടൽ വല്ലാതെ ഇരുണ്ടതായിരുന്നു. ജലോപരിതലത്തിൽ പ്രകാശ രശ്മികൾ വർണ്ണരാജി സൃഷ്ടിച്ചുകൊണ്ടിരുന്നു. ജലത്തിലൂടെ ഒഴുകി നടക്കുന്ന ജീവജാലങ്ങൾ സൂര്യൻ ഉദിച്ചുയർന്നതോടെ അപ്രത്യക്ഷമായി.

ട്യൂണ മത്സ്യങ്ങൾ പിന്നെയും അടിയിലെത്തിയിരുന്നു. ആ വിഭാഗത്തിൽ പെട്ട സകല മീനുകളെയും ട്യൂണ എന്നു തന്നെയാണ് മുക്കുവന്മാർ വിളിച്ചുപോന്നിരുന്നത്. വില്ക്കാൻ കൊണ്ടുപോകുമ്പോഴോ ചൂണ്ടയിൽ കോർക്കാനുള്ള ഇരകളുമായി കൈമാറ്റം ചെയ്യുന്ന അവസരത്തിലോ മാത്രമാണ് ഓരോ മീനിനേയും പ്രത്യേകം പേരുപറഞ്ഞ് സൂചിപ്പിക്കുക പതിവ്. സൂര്യൻ തലയ്ക്കുമുകളിൽ കത്തി ജ്വലിക്കുവാൻ തുടങ്ങി. കഴുത്തിനുപുറകിൽ ചൂടിന്റെ കാഠിന്യം ശരിക്കും അനുഭവപ്പെട്ടു. തോണി തുഴഞ്ഞുകൊണ്ടിരിക്കേ കഴുത്തിനുപുറകിലൂടെ വിയർപ്പ് ഒലിച്ചിറങ്ങിക്കൊണ്ടിരുന്നു.

ഇനി കുറച്ചുസമയം ഒഴുക്കിനനുസരിച്ച് തുഴഞ്ഞു നീങ്ങുക തന്നെ. വൃദ്ധൻ തീരുമാനിച്ചു. ചൂണ്ടനൂൽ തന്റെ കാൽവിരലിൽ കെട്ടിയിട്ട ശേഷം വേണമെങ്കിൽ അല്പനേരം ഉറങ്ങുകയും ചെയ്യാം. എന്നാൽ നല്ലൊരു മീൻ കിട്ടിയിട്ട് ഇന്നേക്ക് എൺപത്തിയഞ്ച് ദിവസം കഴിഞ്ഞിരിക്കുന്നു. ഇന്നെന്തായാലും നല്ലൊരു മീനിനെ പിടിച്ചേ ഒക്കൂ.

താൻ ചൂണ്ടച്ചരടുകളെ നോക്കിയിരിക്കുന്ന നിമിഷത്തിൽത്തന്നെ, പുറത്തേക്ക് ഉന്തി നില്ക്കുന്ന മരക്കഷണങ്ങളിൽ ഒന്ന് അതിവേഗത്തിൽ മുങ്ങുന്നത് അയാൾ കണ്ടു

“അതെ.. അതെ...” അയാൾ പറഞ്ഞു. വഞ്ചി ഉയർന്ന് ഇളകാതെ ശ്രദ്ധിച്ചുകൊണ്ട് അയാൾ തുഴച്ചിൽ നിർത്തി. വലതുകൈയിലെ തള്ളവിരലിനും ചൂണ്ടുവിരലിനും ഇടയിലായി ചരട് പിടിച്ചു ഒട്ടുംതന്നെ വലിച്ചിലോ ഭാരമോ തോന്നാത്തതിനാൽ മൃദുവായാണ് പിടിച്ചത്. അപ്പോൾ വലിയ പ്രയാസമോ എന്തെങ്കിലും ബുദ്ധിമുട്ടോ അയാൾക്ക് അനുഭവപ്പെട്ടില്ല. അയാൾ ലാഘവത്തോടെ ചൂണ്ടച്ചരട് പിടിച്ചു. പെട്ടെന്ന് സമ്മർദ്ദം അനുഭവപ്പെട്ടു. അത് താല്ക്കാലികം മാത്രമായിരുന്നു. അത്ര കടുത്തതും ആയിരുന്നില്ല. എങ്കിലും അത് എന്താണെന്ന് അയാൾക്ക് അറിയാം. നൂറ് ആളുടെ ആഴത്തിൽ ഒരു മെർലിൻ മത്സ്യം, ചൂണ്ടയിൽ കോർത്തിരിക്കുന്ന ഇര വിഴുങ്ങുകയാണ്. കൈ കൊണ്ട് പ്രവർത്തിക്കുന്ന ഉലയിൽ ഉണ്ടാക്കിയെടുത്ത കൊളുത്ത് ചെറിയ ട്യൂണമീനിന്റെ തലയിൽ എഴുന്നു നില്ക്കുന്നുണ്ട് എന്ന് അയാൾ ഓർത്തു

വൃദ്ധൻ ഒട്ടുംതന്നെ ബലം പ്രയോഗിക്കാതെ, ഇടതുകൈ കൊണ്ട് സാവധാനത്തിൽ പിടിച്ച് വടിയിൽ നിന്ന് ചുറ്റഴിച്ചുവിട്ടു. ഇനി മീനിന് യാതൊരു വിഷമവും തോന്നാത്തവിധം അയച്ചുകൊടുക്കാനാകും

കടലിൽനിന്നും ഇത്രയും അകലത്തിൽ ആയതുകൊണ്ട് അവൻ ഈ മാസത്തിലെ ഏറ്റവും വലിയ മീനായിരിക്കുമെന്ന് അയാൾ വിചാരിച്ചു.

“മത്സ്യമേ, നീ അവയെ തിന്ന്. ദയവു ചെയ്ത് അവയെ വിഴുങ്ങ്... എത്ര ആസ്വാദ്യകരമാണ് അവ. നീ ഇവിടെ അറുനൂറ് അടി താഴെ ആ തണുത്ത വെള്ളത്തിൽ കൂരിരുട്ടിലാണ്. ഈ ഇരുട്ടിൽ വീണ്ടും ഒരുവട്ടം കൂടി ചുറ്റി തിരിഞ്ഞ ശേഷം അവയെ തിന്നൂ....”

ലഘുവായ ഒരു സമ്മർദ്ദം പിന്നെയും അനുഭവപ്പെട്ടു. തുടർന്ന് വീണ്ടും കുറച്ചുകൂടി വലിയ സമ്മർദ്ദം അയാൾക്ക് അനുഭവപ്പെട്ടു. ചൂണ്ടക്കൊളുത്തിൽനിന്നും മത്തിയുടെ തല അടർത്തിയെടുക്കാൻ കൂടുതൽ പ്രയാസം അനുഭവപ്പെട്ടപ്പോഴായിരിക്കാം അത് എന്ന് വൃദ്ധൻ വിചാരിച്ചു. പിന്നെ കുറച്ചുസമയത്തേക്ക് യാതൊരു അനക്കവും അനുഭവപ്പെട്ടില്ല

“അടുത്തേക്ക് വരൂ” വൃദ്ധൻ ഉറക്കെ വിളിച്ചുപറഞ്ഞു.

“ഒരു പ്രാവശ്യം കൂടി അവ ഒന്ന് മണത്തുനോക്കൂ. വളരെ നല്ലതല്ലേ അവ... ഇപ്പോൾ അത് തിന്നുകൊള്ളൂ. അതുകഴിഞ്ഞാൽ പിന്നെ ഇവിടെ ട്യൂണയുണ്ട്. നല്ല ഉറപ്പുള്ള തണുത്ത സ്വാദിഷ്ടമായ ട്യൂണ. നാണമൊന്നും വേണ്ട. സന്തോഷത്തോടെ അവയെ ഭക്ഷിച്ചു കൊള്ളൂ”

തള്ളവിരലിനും ചൂണ്ടുവിരലിനുമിടയിൽ ചൂണ്ടച്ചരട് പിടിച്ചുകൊണ്ട് അയാൾ കാത്തിരുന്നു. ചൂണ്ടച്ചരടുകളുടെ ഓരോ നീക്കത്തേയും അയാൾ സൂക്ഷ്മമായി നിരീക്ഷിച്ചുകൊണ്ടിരുന്നു. മത്സ്യം മുകളിലേക്ക് വരുകയോ താഴേക്കു പോവുകയോ ചെയ്യാനുള്ള സാദ്ധ്യതയും വൃദ്ധൻ

കണക്കിലെടുക്കുന്നുണ്ട്. ആ സമയത്ത് നേരത്തെ ഉണ്ടായതുപോലെ ചെറുതായ ഒരു സമ്മർദ്ദം വൃദ്ധന് അനുഭവപ്പെട്ടു.

"അവൻ അതിനെ അകത്താക്കും." വൃദ്ധൻ ആർത്തുവിളിച്ചു. "ഈശ്വരാധീനംകൊണ്ട് അവൻ അകത്താക്കിയിരിക്കും."

എന്നാൽ ആ മത്സ്യം അതിനെ വിഴുങ്ങുകയുണ്ടായില്ല. അവൻ സ്ഥലം വിട്ടുകഴിഞ്ഞിരുന്നു. നൂലുകൾക്ക് കുറച്ചു സമയത്തേക്ക് അനക്കമൊന്നുമുണ്ടായില്ല.

"അവൻ അവിടെനിന്നും അകന്നുപോയിരിക്കുവാൻ സാദ്ധ്യതയില്ല" അയാൾ സ്വയം പറഞ്ഞു. "ദൈവത്താണേ അവൻ പോയിരിക്കുവാൻ സാദ്ധ്യതയില്ല. അവൻ ചുറ്റിത്തിരിയുകയായിരിക്കും. ചിലപ്പോൾ ഇതിനു മുമ്പെപ്പോഴെങ്കിലും അവൻ ചൂണ്ടയിൽ കുരുങ്ങിയിട്ടുണ്ടാകാനും ഇടയുണ്ട്. അതിനെ കുറിച്ചുള്ള ഓർമ്മ വന്നിട്ടുണ്ടാകും."

ചൂണ്ടച്ചരടിൽ പിന്നെയും മൃദുവായ അനക്കം വൃദ്ധന് അനുഭവപ്പെട്ടു. അയാൾക്ക് സന്തോഷം തോന്നി.

"അതെ തീർച്ചയായിട്ടും അതവൻതന്നെ ആയിരിക്കണം." വൃദ്ധൻ പറഞ്ഞു. അവനത് അകത്താക്കിയിരിക്കും.

"അല്പ നിമിഷങ്ങൾക്കകം ശക്തമായതും അവിശ്വസനീയമായതുമായ ഒരു ഭാരം അയാൾക്ക് അനുഭവപ്പെട്ടു. മത്സ്യത്തിന്റെ സമ്മർദ്ദത്തിലൂടെ ഉണ്ടായ ഭാരമായിരുന്നു അത്. വൃദ്ധൻ ചൂണ്ടച്ചരട് താഴോട്ടുതാഴോട്ട് അയച്ച് വിട്ടുകൊണ്ടിരുന്നു. അപ്പോഴും മീനിന്റെ ഭാരം അയാൾക്ക് അനുഭവപ്പെട്ടിരുന്നു. അയാളുടെ പെരുവിരലിലേയും ചൂണ്ടുവിരലിലേയും സമ്മർദ്ദം ഏറെക്കുറെ അവ്യക്തമായിരുന്നു.

"എന്തൊരു മത്സ്യമാണിത്?" അയാൾ പറഞ്ഞു. "വായയുടെ കോണുകളിലൂടെയാണ് അവൻ ഇര വിഴുങ്ങിയിരിക്കുന്നത്. അതുമായി അവൻ അകലേക്ക് പോയിക്കൊണ്ടിരിക്കുകയാണ്."

ഇനി അവൻ വീണ്ടും ചുറ്റിക്കറങ്ങും. അതിനുശേഷം അത് വിഴുങ്ങും. അയാൾ ചിന്തിച്ചു. എന്നാൽ അയാളത് ഉച്ചത്തിൽ പറയുകയുണ്ടായില്ല. കാരണം ഒരു നല്ല കാര്യം പുറത്ത് പറഞ്ഞു കഴിഞ്ഞാൽ പിന്നെ അത് നടക്കാനിടയില്ല എന്ന കാര്യം അയാൾക്ക് അറിയാമായിരുന്നു. അതൊരു ഭീമാകാരനായ മത്സ്യമായിരിക്കുമെന്ന് അയാൾക്ക് നല്ല ബോദ്ധ്യമുണ്ടായിരുന്നു. വായ്ക്കകത്ത് വിലങ്ങനെ പിടിച്ച ട്യൂണ മത്സ്യവുമായി അവൻ അകലേക്ക് നീന്തുന്നതിനെക്കുറിച്ച് അയാൾ ആലോചിച്ചുനോക്കി. ആ നിമിഷത്തിൽ അയാൾക്കതിനെ പിടിച്ചുനിർത്താനായതുപോലെ തോന്നി. എന്നാൽ അതിന്റെ ഭാരം പഴയതുപോലെ തന്നെ അനുഭവപ്പെടുകയുണ്ടായി. ഉടനെ ഭാരം വർദ്ധിച്ചതായി തോന്നി. അയാൾ ചരട് കൂടുതൽ കൂടുതൽ അയച്ചുവിട്ടു കൊണ്ടിരുന്നു. അല്പനിമിഷനേരത്തേക്ക് പെരുവിരലിന്റെയും

ചൂണ്ടുവിരലിന്റെയും സമ്മർദ്ദം അയാളെ അലോസരപ്പെടുത്തി. ഭാരക്കൂടുതൽ അയാളെ ഞെരുക്കി. ചൂണ്ടച്ചരട് നേരെ അടിയിലേക്ക് താണു പൊയ്ക്കൊണ്ടിരുന്നു.

"അതവൻ വായ്ക്ക് അകത്താക്കിയിട്ടുണ്ട്." അയാൾ പറഞ്ഞു. "അത് മുഴുവനും തിന്നാൻ ഞാൻ അവനെ അനുവദിക്കും."

അയാളുടെ കൈവിരലുകളുടെ ഇടയിലൂടെ ചൂണ്ടച്ചരട് വഴുതി നീങ്ങി. ആ സമയത്ത് ഇടതുകൈ നീട്ടി രണ്ടു ചരടുചുറ്റുകളുടെ ഞാന്നു കിടക്കുന്ന അറ്റത്തെ ഇരുമ്പുകൊളുത്തുമായി ബന്ധിപ്പിച്ചു. എന്നിട്ട് അയാൾ ഉത്സാഹത്തോടെ തയ്യാറെടുപ്പ് നടത്തി. ഇപ്പോൾ താൻ ഉപയോഗിക്കുന്നതുകൂടാതെ നാല്പതാൾ താഴ്ചയുള്ള മൂന്നു ചരടു ചുറ്റുകളുണ്ട്.

"കുറച്ചുകൂടി തിന്ന്" അയാൾ പറഞ്ഞുകൊണ്ടിരുന്നു. "നല്ലതുപോലെ തിന്ന്."

"അത് തിന്നുമ്പോൾ ചൂണ്ടക്കൊളുത്തിന്റെ മുന നിന്റെ കരളിനകത്തേക്ക് തുളച്ചു കയറും. അങ്ങനെ നിന്റെ കഥ കഴിയും." അയാൾ ചിന്തിച്ചു

"വേഗത്തിൽ പൊന്തി വാ മീനേ ... ഞാൻ നിന്റെ ശരീരത്തിലേക്ക് ചാട്ടുളി എറിയട്ടെ. ശരി... ശരി... നീ തയ്യാറായോ? തീൻമേശയിൽ എത്താൻ നിനക്ക് ഇനിയും സമയം ആവശ്യമായി വരുമോ?" അയാൾ പിന്നെയും പറഞ്ഞുകൊണ്ടിരുന്നു.

"സമയമായി." വൃദ്ധൻ ഒച്ചവച്ചു. എന്നിട്ട് രണ്ടു കൈകളും ബലമായി അമർത്തിപ്പിടിച്ചുകൊണ്ട് ഒരു വാര ചൂണ്ടച്ചരട് വലിച്ചെടുത്തു. പിന്നെ ഒരു പ്രാവശ്യം കൂടി അമർത്തിപ്പിടിച്ചു. പിന്നെയും രണ്ടു കൈകൊണ്ടും ചരടിൽ മാറി മാറി പിടിച്ച് കൈകളുടെ സകല ശക്തിയും പ്രയോഗിച്ച് അയാൾ ശരീരത്തിന്റെ ഭാരത്തെ പിന്നിലേക്ക് ചായ്ച്ച് ആഞ്ഞു വലിച്ചു.

യാതൊന്നുംതന്നെ സംഭവിക്കുകയുണ്ടായില്ല. മീൻ സാവകാശം അകലേക്ക് നീന്തി നീങ്ങിക്കൊണ്ടിരുന്നു. വൃദ്ധന് അതിനെ ഒരിഞ്ചു പോലും ഉയർത്താൻ സാധിച്ചില്ല. ശക്തിയേറിയതും വലിയ മത്സ്യങ്ങൾക്കു വേണ്ടി ഉണ്ടാക്കിയതും ആയിരുന്നു ആ ചരടുകൾ. അയാളത് പുറകോട്ടു വലിച്ചു പിടിച്ചു. അതിൽനിന്ന് വെള്ളത്തുള്ളികൾ തെറിച്ചു വീണുകൊണ്ടിരുന്നു. ആ ചരട് അത്രത്തോളം വലിഞ്ഞു മുറുകിയിരുന്നു. വെള്ളപ്പരപ്പിൽനിന്നും ചെറിയ സീൽക്കാരം ഉയർന്നു കൊണ്ടിരുന്നു. അയാൾ ആ ചരടിൽ അപ്പോഴും മുറുകെ പിടിച്ചിട്ടുണ്ടായിരുന്നു. മത്സ്യം വലിക്കുന്നതിനെതിരെ ചെരിഞ്ഞ് ചരട് വലിച്ചുപിടിച്ചു. തോണി സാവധാനത്തിൽ വടക്കുപടിഞ്ഞാറൻ ദിശ ലക്ഷ്യമാക്കി നീങ്ങിക്കൊണ്ടിരുന്നു.

മത്സ്യം ദിശ മാറാതെ മുന്നോട്ട് സഞ്ചരിച്ചുകൊണ്ടിരുന്നു. ശാന്തമായ

ജലത്തിലൂടെ അവൻ സാവധാനത്തിൽ നീങ്ങിക്കൊണ്ടിരുന്നു. മറ്റു ചൂണ്ടകൾ എല്ലാം ആ സമയത്തും ജലത്തിന്റെ അടിത്തട്ടിൽ കിടന്നിരുന്നു. അവയെ സംബന്ധിച്ചിടത്തോളം ഇനി ഒന്നും ചെയ്യാനുണ്ടായിരുന്നില്ല."

"ഈ സമയത്ത് ആ ബാലൻ തന്നോടൊപ്പം ഉണ്ടായിരുന്നെങ്കിൽ..." വൃദ്ധൻ ഉറക്കെ പറഞ്ഞു.

"ഭീമാകാരനായ മീൻ എന്നെ വലിച്ചിഴയ്ക്കുകയാണ്. ഇപ്പോൾ ഞാനാണ് വലിച്ചിഴയ്ക്കപ്പെടുന്ന ചൂണ്ടയിര. എനിക്ക് ചൂണ്ടനൂൽ വലിച്ചു നിർത്താൻ സാധിക്കുന്നുണ്ട്. കഴിയുന്നിടത്തോളം എനിക്കവനെ എന്റെ വരുതിയിൽ നിർത്താൻ സാധിക്കും. അവന് ആവശ്യമുള്ളിടത്തോളം ഞാൻ അവന് ചരട് അയച്ചുകൊടുത്തുകൊണ്ടിരിക്കും. ദൈവത്തിനു സ്തുതി! അവൻ നേരെയാണ് നീന്തിക്കൊണ്ടിരിക്കുന്നത്. ഭാഗ്യം... താഴേക്കല്ല..."

"അവൻ താഴെക്ക് പോകാൻ തീരുമാനിക്കുകയാണെങ്കിൽ എനിക്ക് എന്തു ചെയ്യാൻ സാധിക്കും? എനിക്കറിഞ്ഞുകൂടാ. എന്നാലും എന്തെങ്കിലും ചെയ്തേ പറ്റൂ .....എനിക്ക് ചെയ്യാൻ സാധിക്കുന്ന ഒട്ടനവധി കാര്യങ്ങളുണ്ട്."

അയാൾ ചരട് പിൻഭാഗത്തേക്ക് വലിച്ചുപിടിച്ച് ജലത്തിൽ അതിന്റെ ചെരിവ് ശ്രദ്ധിച്ചു. വഞ്ചി വടക്കുപടിഞ്ഞാറേ ഭാഗത്തേക്ക് യാതൊരു ഇളക്കവും കൂടാതെ നീങ്ങി.

ഇതവന്റെ അന്ത്യമാണ്. വൃദ്ധൻ വിചാരിച്ചു. അവന് എല്ലായിപ്പോഴും അങ്ങനെ നീന്തിക്കൊണ്ടിരിക്കുവാൻ സാധിക്കുകയില്ല എന്നാൽ നാലു മണിക്കൂർ കഴിഞ്ഞിട്ടും മത്സ്യം തോണിയും വലിച്ചുകൊണ്ട് കടലിലൂടെ നീന്തിക്കൊണ്ടിരിക്കുന്നു. വൃദ്ധൻ ചരട് അപ്പോഴും തന്റെ തോളിലൂടെ വലിച്ചു പിടിച്ചിരിക്കുകയായിരുന്നു.

"ഉച്ച സമയത്താണ് ഞാനവനെ ചൂണ്ടയിൽ കുടുക്കിയത്." വൃദ്ധൻ പറഞ്ഞു. "എന്നാൽ നേരം ഇത്രയായിട്ടും എനിക്കവനെ കാണാൻ കഴിഞ്ഞിട്ടില്ല."

"മത്സ്യത്തെ ചൂണ്ടയിൽ കുടുക്കുന്നതിനുമുമ്പ് വൃദ്ധൻ തന്റെ വൈക്കോൽ തൊപ്പി ശിരസ്സിൽ ബലമായി ഉറപ്പിച്ചതായിരുന്നു. ഇപ്പോഴത് അയാളുടെ നെറ്റിത്തടത്തെ വേദനിപ്പിക്കുന്നു. അയാൾക്ക് കഠിനമായ ദാഹവും അനുഭവപ്പെട്ടു. കാൽമുട്ടിൽ നിന്നുകൊണ്ട്, ചൂണ്ടച്ചരടിൽ തന്റെ ശരീരം തട്ടി അത് ചലിക്കാതിരിക്കുവാൻ പ്രത്യേകം ശ്രദ്ധിച്ചുകൊണ്ട് കഴിയാവുന്നിടത്തോളം അണിയത്തേക്ക് നീങ്ങി ഒരു കൈ നീട്ടി വെള്ളക്കുപ്പി വലിച്ചെടുത്തു. കുപ്പിതുറന്ന് അല്പം വെള്ളം കുടിച്ച ശേഷം അണിയത്തേക്കു ചാഞ്ഞ് വിശ്രമിച്ചു. ഉയർത്തി കെട്ടാത്ത പാമരത്തി

ന്റെയും തോണിപ്പായയുടെയും മുകളിലിരുന്ന് അല്പസമയംകൂടി വിശ്രമിച്ച ശേഷം യാത്ര തുടർന്നു. ക്ഷമയോടെ സഹിച്ച് കാത്തിരിക്കുകയല്ലാതെ മറ്റൊന്നും ചിന്തിക്കുവാൻ അയാൾ ശ്രമിച്ചില്ല.

അല്പസമയത്തിനുശേഷം അയാൾ തിരിഞ്ഞുനോക്കി. കരതീർത്തും അപ്രത്യക്ഷമായിരിക്കുന്നു. ഓ, അതിൽ വലിയ കാര്യമൊന്നുമില്ല. അയാൾ വിചാരിച്ചു. ഹവാനയിൽ നിന്നുള്ള സാന്ധ്യശോഭയുടെ ചുവടുപിടിച്ച് എനിക്ക് തിരിച്ചുവരാനാകും. സൂര്യാസ്തമയത്തിന് ഇനിയും രണ്ടു മണിക്കൂർ കൂടി ബാക്കിയുണ്ട്. എന്തായാലും അതിനു മുമ്പ് അവൻ മുകളിലേക്ക് വരും. അപ്പോഴും വന്നില്ലെങ്കിൽ ചന്ദ്രോദയത്തോടൊപ്പം വരാതിരിക്കില്ല. അല്ലെങ്കിൽ സൂര്യോദയത്തോടെ തീർച്ചയായും വരും. എന്റെ പേശികൾക്ക് വലിച്ചിൽ അനുഭവപ്പെടുന്നൊന്നുമില്ല. നല്ല ശക്തി തോന്നുന്നുണ്ടുതാനും. അവന്റെ വായ്ക്കകത്തു തന്നെയാണ് ചൂണ്ടക്കൊളുത്ത് ഒതുങ്ങിയിരിക്കുന്നത്. എന്നാലും എന്നെ ഇങ്ങനെ വലിച്ചിഴച്ചുകൊണ്ടു പോകണമെങ്കിൽ എത്ര ഭീമാകാരനായ മീനായിരിക്കണം അത്. ചൂണ്ടക്കമ്പിന്മേൽ കടിച്ചുകൊണ്ട് വായ മുറുക്കെ അടച്ചു പിടിച്ചിരിക്കയാണ്. അവനെ എനിക്കൊന്നു കാണാനായിരുന്നെങ്കിൽ! ആരോടാണ് എതിരിടുന്നത് എന്നറിയാനെങ്കിലും ഒരു പ്രാവശ്യം കാണാൻ സാധിച്ചെങ്കിൽ!

മത്സ്യം ആ രാത്രിയിൽ ഗതിയിൽ യാതൊരു മാറ്റം വരുത്താനും തയ്യാറായില്ല. നക്ഷത്രങ്ങളെ സൂക്ഷ്മമായി നിരീക്ഷിച്ചതിൽനിന്ന് അയാൾക്കത് മനസ്സിലാക്കാൻ സാധിച്ചു. സൂര്യൻ അസ്തമിച്ചു. അതോടെ കഠിനമായ തണുപ്പ് വ്യാപിച്ചു.

വൃദ്ധന്റെ കൈകളിലും പുറംകഴുത്തിലും ക്ഷീണിച്ച കാലുകളിലും വിയർപ്പുതുള്ളികൾ കട്ടപിടിച്ചു കിടന്നിരുന്നു. പകൽസമയത്ത് വൃദ്ധൻ ചൂണ്ടയിരപ്പെട്ടിയെ പൊതിഞ്ഞിരുന്ന ചാക്കുകഷണമെടുത്ത് ഉണങ്ങാനായി വെയിലത്തിട്ടിരുന്നു. സൂര്യൻ അസ്തമിച്ചപ്പോൾ അയാളത് കഴുത്തിൽ ചുറ്റിക്കെട്ടി. അതിന്റെ ഒരറ്റം അയാളുടെ പുറകിൽ ഞാന്നു കിടന്നിരുന്നു. തന്റെ തോളുകൾക്ക് കുറുകെ കിടന്നിരുന്ന ചൂണ്ടച്ചരടിനടിയിലേക്ക് അതയാൾ ശ്രദ്ധാപൂർവ്വം വലിച്ചുതാഴ്ത്തി. അണിയത്തിന് എതിരെ നിന്ന് മുന്നോട്ട് ആഞ്ഞു വലിക്കാൻ അയാൾ സൗകര്യം കണ്ടെത്തി. അതോടെ വൃദ്ധനു ചെറിയ ആശ്വാസം ലഭിച്ചു. സത്യത്തിൽ അപ്പോഴത്തെ അദ്ദേഹത്തിന്റെ അവസ്ഥ ഏറ്റവും ദുഃസ്സഹമായിരുന്നു. എന്നാൽ അത് ആശ്വാസപ്രദം എന്നാണ് അയാൾ കരുതിയത്.

“എനിക്ക് അവനോട് യാതൊന്നും ചെയ്യാൻ സാധിക്കുകയില്ല. അതേ അവസ്ഥതന്നെ ആയിരിക്കും അവനും” അയാൾ ചിന്തിച്ചു. ഇതേ രീതിയിൽ അവന് അധികദൂരം പോകാൻ സാധിക്കുകയില്ല.

വൃദ്ധൻ ഒരു പ്രാവശ്യം എഴുന്നേറ്റു. തോണിയുടെ അരികിൽ നിന്ന് മൂത്രമൊഴിച്ചു. നക്ഷത്രങ്ങളെ നോക്കി സഞ്ചാരത്തിന്റെ ഗതി മനസ്സിലാക്കുവാൻ ശ്രമിച്ചു. അവ അയാളുടെ തോളിൽനിന്നും നേരെ വെള്ളത്തിന്റെ ആഴത്തിലേക്ക് പതിക്കുന്ന പ്രകാശോജ്ജ്വലമായ വർണ്ണരേഖ പോലെ കാണപ്പെട്ടു. ഇപ്പോൾ വളരെ സാവധാനത്തിലായിരുന്നു അവരുടെ സഞ്ചാരം. ഹവാനയിലെ വെളിച്ചത്തിന്റെ ശോഭ അത്രയ്ക്ക് വ്യക്തമല്ല. അതുകൊണ്ട് നീരൊഴുക്ക് തങ്ങളെ കൊണ്ടുപോകുന്നത് കിഴക്കുദിക്കിലേക്ക് ആണെന്ന് അയാൾക്ക് മനസ്സിലായി. ഹവാനയുടെ കണ്ണഞ്ചിപ്പിക്കുന്ന പ്രകാശം എനിക്ക് നഷ്ടപ്പെടുന്നു എങ്കിൽ തീർച്ചയായിട്ടും ഞങ്ങൾ പൊയ്ക്കൊണ്ടിരിക്കുന്നത് കിഴക്കൻ ദിക്കിലേക്കായിരിക്കാം. വൃദ്ധൻ ചിന്തിച്ചു. മീനിന്റെ യാത്ര ഇതേ രീതിയിൽ തുടരുകയാണെങ്കിൽ ഇനിയും കുറെ മണിക്കൂറുകൾകൂടി ഇത് തുടരേണ്ടി വരും. ഗ്രാൻഡ് ലീഗുകളിലെ ഇന്നത്തെ ബേസ്ബോൾ മത്സരങ്ങൾ എങ്ങനെ അവസാനിച്ചുവോ എന്തോ... ഒരു റേഡിയോ ഉണ്ടായിരുന്നെങ്കിൽ ഒട്ടും മുഷിച്ചിലില്ലാതെ ഈ ജോലി ചെയ്യാമായിരുന്നു. സദാസമയവും അതിനെ കുറിച്ചു മാത്രം ചിന്തിക്കുക. അപ്പോൾ നിങ്ങൾ വിഡ്ഢിത്തമൊന്നും കാണിക്കുകയില്ല.

"ബാലൻ എന്നോടൊപ്പം ഉണ്ടായിരുന്നെങ്കിൽ... ഇതെല്ലാം കാണാനും എന്നെ സഹായിക്കുവാനും അവൻ ഉണ്ടായിരുന്നെങ്കിൽ ..." വൃദ്ധൻ ഉച്ചത്തിൽ വിളിച്ചു പറഞ്ഞു.

വാർദ്ധക്യത്തിൽ ഒരാളും തനിച്ചാകരുത്. വൃദ്ധൻ ചിന്തിച്ചു. എന്നാൽ അത് ഒഴിവാക്കാനാവില്ല. ചീഞ്ഞുപോകുന്നതിനുമുമ്പ് ട്യൂണ മത്സ്യം തിന്നു തീർക്കണം. ശക്തി ലഭിക്കുവാൻ അത് അത്യാവശ്യമാണ്. അതുകൊണ്ട് ആ കാര്യം മറക്കരുത്. അയാൾ സ്വയം പറഞ്ഞു.

രാത്രിയായപ്പോൾ രണ്ടു കടൽപ്പന്നികൾ തോണിയുടെ സമീപത്തെത്തി. അവ ഉരുണ്ടുമറിയുന്നതിന്റെയും അടിച്ചു തിമിർക്കുന്നതിന്റെയും ശബ്ദം അയാൾക്ക് കേൾക്കാൻ സാധിച്ചു. ആണിന്റെ ചീറ്റിയടിക്കുന്ന ശബ്ദവും പെണ്ണിന്റെ നെടുവീർപ്പിട്ട് പുളയ്ക്കുന്ന ശബ്ദവും തമ്മിലുള്ള അന്തരം അയാൾക്ക് വേർതിരിച്ചറിയുവാൻ സാധിക്കുമായിരുന്നു.

"കടൽപ്പന്നികൾ നല്ലവരാണ്" വൃദ്ധൻ പറഞ്ഞു. "കളിക്കുകയും ആനന്ദിക്കുകയും പരസ്പരം സ്നേഹിക്കുകയും ചെയ്യുന്നു. പറക്കും മത്സ്യങ്ങളെപ്പോലെ തന്നെ നമ്മുടെ സഹോദരങ്ങളാണവർ."

തന്റെ ചൂണ്ടയിൽ കൊത്തിയ വലിയ മത്സ്യത്തോട് വൃദ്ധനു പിന്നെയും അനുകമ്പ തോന്നിത്തുടങ്ങി. അയാൾ സഹതാപത്തോടെ ചിന്തിക്കുവാൻ തുടങ്ങി. അവനൊരു അസാധാരണജീവിയാണ്. ശരിക്കും അത്ഭുതജീവി. അവന് എത്ര പ്രായമുണ്ടെന്ന് ആർക്കറിയാം. ഇത്ര കരു

ത്തനും അസാധാരണമായി പെരുമാറുന്നവനുമായ ഒരു മത്സ്യത്തെ ഞാനിതിനുമുമ്പ് പിടിച്ചിട്ടില്ല. ചാടിപ്പോകാൻ തക്ക ബുദ്ധിയുള്ളവനാണോ അല്ലയോ എന്ന് എനിക്ക് തീരുമാനിക്കുവാൻ സാധിക്കുന്നില്ല. ഒരു ചാട്ടത്തിലൂടെ അല്ലെങ്കിൽ ശക്തമായ ഒരു കുതിപ്പിലൂടെ അവന് എന്നെ ജയിക്കാനാകും. ഒരുപക്ഷേ, ഇതിനുമുമ്പ് പല പ്രാവശ്യവും അവൻ ചൂണ്ടയിൽ കുരുങ്ങിയിട്ടുണ്ടാകണം. ഇത്തരം ഒരവസ്ഥയിൽ ഏതു വിധത്തിലാണ് പോരാട്ടം നടത്തേണ്ടതെന്ന കാര്യവും അവന് അറിയുമായിരിക്കും. എന്നാൽ തനിക്കെതിരെയുള്ളത് ഒരേ ഒരാൾ മാത്രമാണെന്നും അതൊരു വൃദ്ധനാണെന്നുമുള്ള കാര്യം അവന് അറിയുകയില്ലായിരിക്കും. ഭീമാകാരനാണ് ഈ മീൻ. ഇവന്റെ മാംസം നല്ലതാണെങ്കിൽ ചന്തയിൽ കൊണ്ടുപോയാൽ നല്ല വില കിട്ടാതിരിക്കില്ല. ഒരു പുരുഷനെപ്പോലെയാണ് അവൻ ചൂണ്ടയിൽ കൊത്തിയത്. കരുത്തനായ പുരുഷനെപ്പോലെ തന്നെയാണ് ചൂണ്ടക്കയറും വലിച്ചുകൊണ്ട് പോകുന്നതും. നിശ്ശബ്ദമായ പോരാട്ടം! യാതൊരു പരിഭ്രാന്തിയോ വെപ്രാളമോ പ്രകടിപ്പിക്കുന്നില്ല. അവനു വല്ല ഗൂഢോദ്ദേശ്യവും ഉണ്ടോ എന്ന് ഞാൻ സംശയിക്കുന്നു. അല്ലെങ്കിൽ എന്നെപ്പോലെ തന്നെ ഹതാശയനായ വെറുമൊരു പോരാളി മാത്രമാണോ അവനും!

മുമ്പൊരിക്കൽ ഇണകളായ മെർലിൻ മത്സ്യങ്ങളിൽ ഒന്നിനെ താൻ ചൂണ്ടയിൽ കുരുക്കിയ കാര്യം വൃദ്ധൻ ഓർമ്മിച്ചു. ഇര ആദ്യം കൊത്തുന്നതിന് ആൺ മത്സ്യം എല്ലായിപ്പോഴും പെൺമത്സ്യത്തെ അനുവദിച്ചു. ചൂണ്ടയിൽ കുരുങ്ങിയ പെൺമത്സ്യം പരിഭ്രാന്തയായി വന്യവും ഭീതികരവും സാഹസികവുമായ പോരാട്ടംതന്നെ നടത്തി. അവൾ അതിവേഗം തളർന്നു. ആ സമയത്തെല്ലാം ആൺമത്സ്യം ആ പരിസരത്ത് അവളെ ചുറ്റിപ്പറ്റി നിന്നു. ചൂണ്ടച്ചരടിനപ്പുറം കടന്ന് മേൽപ്പരപ്പിലൂടെ അവൾക്കു ചുറ്റും വട്ടമിട്ടു നീന്തി. ഏറെക്കുറെ അരിവാളിന്റെ ആകൃതിയും വലിപ്പവും മൂർച്ചയും ഉള്ളതായിരുന്നു അവന്റെ വാൽ. അതുപയോഗിച്ച് അവൻ ചൂണ്ടച്ചരട് അറുത്തേക്കുമെന്ന് വൃദ്ധൻ ഭയപ്പെട്ടു. അയാൾ പെൺമത്സ്യത്തിന്റെ മേൽ ചാട്ടുളി തറച്ച് ഉരക്കടലാസുപോലുള്ള വായ്ത്തലയോടു കൂടിയ ചെറിയ വാളുയർത്തി അറുത്തു. അവളുടെ ശരീരത്തിന്റെ നിറം മാറി. മുഖം നോക്കുന്ന കണ്ണാടിയുടെ പിൻഭാഗത്തെ നിറമാകുന്നതുവരെ ഇരുമ്പുദണ്ഡുകൊണ്ട് അയാൾ അവളുടെ ശിരസ്സിൽ അടിച്ചു. അതിനുശേഷം വളരെ പ്രയാസപ്പെട്ട്, ബാലന്റെ സഹായത്തോടെ അയാളതിനെ വഞ്ചിയിലേക്ക് വലിച്ചു കയറ്റി. ആൺമത്സ്യം അപ്പോഴും വഞ്ചിയുടെ സമീപത്തുതന്നെ കാത്തുനില്പുണ്ടായിരുന്നു. വൃദ്ധൻ ചൂണ്ടച്ചരട് വൃത്തിയാക്കുകയും ചാട്ടുളി തുടച്ചു മിനുക്കുകയും ചെയ്തുകൊണ്ടി

രിക്കേ, ആൺമത്സ്യം തന്റെ ഇണ എവിടെ എന്നറിയുന്നതിനുവേണ്ടി ഉയർന്നുചാടി. എന്നിട്ട് തന്റെ നെഞ്ചിലെ കർപ്പൂരവള്ളികൾ പോലുള്ള ചിറകുകൾ വിടർത്തി വർണരേഖകൾ പ്രദർശിപ്പിച്ചുകൊണ്ട് അഗാധതയിലേക്ക് ആണ്ടുപോയി. അവൻ സുന്ദരനായ ഒരു മീനായിരുന്നു എന്ന കാര്യം വൃദ്ധൻ ഓർത്തു.

ഇണ ആപത്തിൽ അകപ്പെട്ടു എന്നറിഞ്ഞിട്ടും കുറെ സമയം അവൻ അവളെ കാത്തുനിന്നു. അതിനുമുമ്പൊരിക്കലും താൻ അഭിമുഖീകരിച്ചിട്ടില്ലാത്ത വളരെ ദുഃഖകരമായ അവസ്ഥയായിരുന്നു അത്. ബാലനും വളരെയധികം ദുഃഖിതനായിരുന്നു ആ സംഭവത്തിൽ. ഞങ്ങൾ അവളോടു മാപ്പു ചോദിച്ചു. ഉടനെ തന്നെ അവളെ വെട്ടി നുറുക്കുകയും ചെയ്തു.

“ബാലൻ ഇപ്പോൾ എന്നോടൊപ്പം ഉണ്ടായിരുന്നെങ്കിൽ” വൃദ്ധൻ ഉച്ചത്തിൽ പറഞ്ഞു. അയാൾ അണിയത്തുള്ള വൃത്താക്കിയിലെ പലകകളിൽ ചാരി നിന്നു. തോളുകൾക്കുകുറുകെ പിടിച്ച ചൂണ്ടച്ചരടിൽ വലിയ മീനിന്റെ ശക്തിയും കരുത്തും അയാൾക്ക് അനുഭവപ്പെട്ടു. തന്റെ ലക്ഷ്യത്തിലേക്ക് അവൻ കുതിക്കുകയാണ്.

എന്റെ ചതിപ്രയോഗം മറികടക്കുവാൻ മറ്റൊരു മാർഗ്ഗം തിരഞ്ഞെടുക്കുവാൻ അവൻ നിർബ്ബന്ധിതനായിരിക്കയാണ്. സമുദ്രത്തിന്റെ അഗാധതയിൽ ഇരുണ്ട ലോകത്ത് സ്ഥിതി ചെയ്യുക എന്നതാണ് അവൻ തെരഞ്ഞെടുത്ത മാർഗ്ഗം. എന്നാൽ എന്റെ നിശ്ചയമാകട്ടെ, അവിടെ എത്തിച്ചേരുകയും മറ്റെല്ലാവരെക്കാളും മുമ്പേ അവനെ കണ്ടെത്തുകയും ചെയ്യുക എന്നതാണ്. ഇപ്പോൾ നമ്മൾ രണ്ടുപേരും മാത്രമായിരിക്കുന്നു. ഉച്ചയ്ക്കുശേഷം പ്രത്യേകിച്ചും ഞങ്ങൾ ഒരുമിച്ചാണ്. ഞങ്ങളിൽ ഒരാളെയും സഹായിക്കുവാൻ മറ്റാരും ഇല്ലാതാനും.

ഒരുപക്ഷേ, ഞാനൊരു മീൻപിടുത്തക്കാരനാകരുതായിരിക്കാം. അയാൾ ചിന്തിച്ചു. എന്നാൽ അതിനുവേണ്ടി മാത്രമാണ് ഞാൻ ജനിച്ചിരിക്കുന്നതുതന്നെ. നേരം പുലർന്നുകഴിഞ്ഞാൽ ട്യൂണ മത്സ്യം തിന്നേണ്ട കാര്യം തീർച്ചയായും ഞാൻ ഓർത്തിരിക്കും.

പകൽവെളിച്ചം പരക്കുന്നതിനുമുമ്പ് എന്തോ ഒന്ന് അവന്റെ പുറകിലുള്ള ഇരയെ കൊത്തിയെടുത്തു. വടി ഒടിയുന്നതിന്റെ ശബ്ദം അയാളുടെ കാതിലെത്തി. തോണിയുടെ മുകളറ്റത്തുകൂടെ ചൂണ്ടച്ചരട് താഴോട്ടിറങ്ങാൻ തുടങ്ങി. ഇരുട്ടത്ത് അയാൾ ഉറയിൽനിന്നും കത്തി വലിച്ചൂരി, മത്സ്യത്തിന്റെ സമ്മർദം മുഴുവനും ഇടത്തെ തോളിൽ താങ്ങി നിർത്തി വൃദ്ധൻ പുറകോട്ടു ചാഞ്ഞു. തുടർന്ന് മുകളിലെ പലകയ്ക്ക് എതിരെയുള്ള ചരട് അറുത്തു. അതിനുശേഷം തനിക്ക് ഏറ്റവും അടുത്തുള്ള ചരടും മുറിച്ചു മാറ്റി. എന്നിട്ട് തന്റെ കരുതൽ ശേഖരത്തിലുള്ള

ചുടുചുറ്റുകളുടെ വളയങ്ങൾ തമ്മിൽ, ഇരുട്ടിൽ നിന്നുകൊണ്ടുതന്നെ വിദഗ്ദ്ധമായി ബന്ധിച്ചു. ഒരു കൈകൊണ്ട് കെട്ടിയിടുമ്പോൾ മുറുകിയിരിക്കുന്നതിനുവേണ്ടി പാദങ്ങൾ കൊണ്ട് വളയത്തിൽ ചവിട്ടിപ്പിടിച്ചു. ഇപ്പോൾ അയാളുടെ കരുതൽ ശേഖരത്തിൽ നാലു ചുറ്റ് ചരടുണ്ട്. ഓരോ ചൂണ്ടയിൽനിന്നുമായി രണ്ടെണ്ണം വേർപെടുത്തിയെടുത്ത് മത്സ്യം കൊത്തിയ ചൂണ്ടയിലെ രണ്ടു നൂലുകളുമായി ബന്ധിച്ചു.

വെളിച്ചം പരന്നുകഴിഞ്ഞാൽ ഞാൻ വീണ്ടും നാല്പതാൾ താഴ്ചയുള്ള ആ ചൂണ്ടനൂലെടുത്ത് മുറിച്ച്, കരുതൽ വളയവുമായി ബന്ധിപ്പിക്കും. ഇരുനൂറാൾ താഴം നീളമുള്ള ഒന്നാന്തരം ചൂണ്ടകളും ഈയക്കഷണങ്ങളും എനിക്കു നഷ്ടപ്പെട്ടിരിക്കുന്നു. എന്നാൽ അത് വീണ്ടും വാങ്ങാമെന്ന് വയ്ക്കാം. എന്നാൽ ഞാൻ മറ്റു മീനുകളെ ചൂണ്ടയിടുകയും അതിനെ മുറിച്ചകറ്റുകയും ചെയ്താൽ ഈ മീനിനെ ആര് തിരികെയെടുക്കും.? ഇപ്പോൾത്തന്നെ ഇര വിഴുങ്ങിയ ഈ മത്സ്യം ഏതാണെന്ന് എനിക്കറിഞ്ഞുകൂടാ. ചിലപ്പോൾ അതൊരു മെർലിൻ മത്സ്യം ആയിരിക്കും. അല്ലെങ്കിൽ ബ്രോഡ്ബില്ലോ സ്രാവോ ആകാം. ചൂണ്ടയിൽ എന്തെങ്കിലും ഒരുങ്ങിയതായിട്ടേ എനിക്കു തോന്നുന്നില്ല. എത്രയും പെട്ടെന്ന് അവനെ ഒഴിവാക്കി വിടണം.

“അവൻ ഇപ്പോൾ എന്നോടൊന്നിച്ച് ഉണ്ടായിരുന്നെങ്കിൽ” അയാൾ ഉറക്കെ പറഞ്ഞു.

എന്നാൽ അവൻ നിന്നോടൊപ്പം ഇല്ല. നിനക്ക് നീ മാത്രമേ ഉള്ളൂ. അയാൾ ചിന്തിച്ചു. ഇരുട്ടിൽ അല്ലെങ്കിൽ വെളിച്ചം പരക്കുമ്പോൾ അവസാനത്തെ ചൂണ്ടച്ചരടിൽ ജോലി ചെയ്തു തുടങ്ങുന്നതാണ് നിനക്ക് നല്ലത്. അതു മുറിച്ചുകളഞ്ഞശേഷം പ്രത്യേകം സൂക്ഷിച്ചിട്ടുള്ള രണ്ട് കുതൽ ചരട് വളയങ്ങളുമായി ചേർത്ത് ചൂണ്ടയിലാക്കണം.

അയാൾ അതുതന്നെ ചെയ്തു. കൂരിരുട്ടത്ത് അത് ഏറെ വിഷമകരമായ ജോലിയായിരുന്നു. ഒരു സമയത്ത് മത്സ്യം കുതിച്ചുചാടുകയുണ്ടായി. വൃദ്ധൻ മുഖം കുത്തി വീണുപോയി. കണ്ണിനുതാഴെ മുറിഞ്ഞ് കവിളിലൂടെ രക്തം താടിയിൽ എത്തുന്നതിനുമുമ്പുതന്നെ കട്ടപിടിച്ച് വരണ്ടുണങ്ങി. വൃദ്ധൻ അണിയത്തേക്ക് തിരിച്ചുചെന്ന് തടിയിൽ ചാരി വിശ്രമിച്ചു. ചരട് നീക്കിയിട്ട് ശ്രദ്ധയോടെ ചരടിൽ ജോലി ചെയ്തു. ചരട് തോളിന്റെ മറ്റൊരു ഭാഗത്തേക്ക് വലിച്ചുപിടിച്ചുകൊണ്ട് മത്സ്യത്തിന്റെ വലിവും തോണിയുടെ പാച്ചിലിന്റെ വേഗതയും മനസ്സിലാക്കി.

അവനെന്തിനാണ് തന്നെ കബളിപ്പിക്കുവാൻ ശ്രമിക്കുന്നതെന്ന് അയാൾ അതിശയിച്ചു. ചൂണ്ടക്കൊളുത്ത് അവന്റെ മുതുകിലെ മാംസക്കൂനയിൽ കോറിയിട്ടുണ്ടാകണം. തീർച്ചയായിട്ടും അവന്റെ പുറം എന്റേതു പോലെ വേദനിക്കുന്നുണ്ടാവുകയില്ല. എന്നാൽ അവ എത്ര വലിയവനായിരുന്നാലും എന്നേക്കും അവന് ഈ തോണിയും വലിച്ചു

കൊണ്ടു പോകാൻ സാധിക്കുകയില്ല. പ്രയാസമുണ്ടാകാൻ സാദ്ധ്യതയുള്ളതെല്ലാം മാറ്റിക്കഴിഞ്ഞിരിക്കുന്നു. എന്റെ കൈവശം ഒരു മനുഷ്യന് വിപുലമായ നൂൽ ശേഖരവും ഉണ്ട്.

"മത്സ്യമേ, അയാൾ ശാന്തസ്വരത്തിൽ എന്നാൽ ഉച്ചത്തിൽ വിളിച്ചു. മരിക്കുന്നതുവരെ ഞാൻ നിന്നെവിട്ടു പോവുകയില്ല."

"അവനും എന്നോടൊപ്പം ഉണ്ടാകമെന്ന് ഞാൻ വിശ്വസിക്കുന്നു. വൃദ്ധൻ ചിന്തിച്ചു. നേരം പുലരുന്നതു വരെ അയാൾ കാത്തിരുന്നു. പകൽ വെളിച്ചം പരക്കുന്നതിനുമുമ്പുള്ള ഈ സമയം തണുപ്പ് വളരെ കൂടുതലാണ്. നേരിയ ചൂട് ലഭിക്കുന്നതിനു വേണ്ടി അയാൾ പലകപ്പടിയോട് ചേർന്നുനിന്നു. അവന് പിടിച്ചുനില്ക്കാൻ സാധിക്കാവുന്നിടത്തോളം സമയം എനിക്കും പിടിച്ചുനില്ക്കാനാകും. പ്രകാശത്തിന്റെ ആദ്യകിരണം പതിച്ചപ്പോൾ ചൂണ്ടച്ചരട് അയച്ച് വിട്ടുകൊടുത്തു. തോണി ഇളകാതെ മുന്നോട്ട് നീങ്ങിക്കൊണ്ടിരുന്നു. പ്രഭാതസൂര്യന്റെ ആദ്യ കിരണങ്ങൾ വൃദ്ധന്റെ വലത്തെ തോളിലാണ് പതിച്ചത്.

"വടക്കുദിക്കിലേക്കാണ് അവൻ കുതിച്ചു കൊണ്ടിരിക്കുന്നത്." വൃദ്ധൻ പറഞ്ഞു. ഒഴുക്ക് ഞങ്ങളെ കിഴക്കോട്ട് വളരെ ദൂരേക്ക് കൊണ്ടു പോകും. അയാൾ ചിന്തിച്ചു. അവൻ ഒഴുക്കിനനുസരിച്ച് നീന്തിക്കൊണ്ടിരിക്കുകയാണെങ്കിൽ.... അവൻ ക്ഷീണിതനായിക്കൊണ്ടിരിക്കുകയാണെന്ന് കരുതാം.

സൂര്യൻ ഉദിച്ചുയർന്നുകഴിഞ്ഞപ്പോൾ മത്സ്യം അല്പം പോലും ക്ഷീണിച്ചിട്ടില്ലെന്ന് വൃദ്ധന് വ്യക്തമായി. അവിടെ അനുകൂലമായ ഒരു ഘടകം മാത്രമേ ഉണ്ടായിരുന്നുള്ളു. അവൻ ആഴം കുറഞ്ഞ ഇടങ്ങളിലൂടെയാണ് നീന്തിക്കൊണ്ടിരിക്കുന്നതെന്ന് ചൂണ്ടച്ചരടിന്റെ ചരിവ് വ്യക്തമാക്കി. അവൻ ചാടിപ്പോയെക്കുമെന്ന് അതിൽനിന്നും അർത്ഥമാക്കികൂടാ. എന്നാൽ ചിലപ്പോൾ അവന് അതിന് കഴിഞ്ഞേക്കും.

"ദൈവം അതിന് അവനെ പ്രേരിപ്പിക്കട്ടെ" വൃദ്ധൻ പറഞ്ഞു. "അവനെ കൈകാര്യം ചെയ്യാൻ വേണ്ടത്ര ചരടുകൾ എന്റെ കൈവശം ഉണ്ട്."

അവന്റെ മേൽ അല്പം സമ്മർദ്ദം കൊടുക്കാൻ സാധിച്ചാൽ തീർച്ചയായും അവനെ അസ്വസ്ഥനാക്കും. അപ്പോൾ അവൻ കുതിച്ചുചാടാൻ ശ്രമിച്ചേക്കും എന്നയാൾ വിചാരിച്ചു. ഇനി ഇപ്പോൾ പകൽവെളിച്ചം പരന്നു കഴിഞ്ഞ സ്ഥിതിക്ക് അവനെ ഒന്ന് ചാടിച്ചു നോക്കാം. അങ്ങനെ നട്ടെല്ലിനോടു ചേർന്നുള്ള വായു അറകൾ അവൻ കാറ്റുകൊണ്ട് നിറയ്ക്കും. പിന്നെ അവന് ജീവൻ വെടിയുന്നതിനുവേണ്ടി സമുദ്രത്തിന്റെ അടിത്തട്ടിലേക്ക് പോകേണ്ടി വരില്ല.

അയാൾ ചരടിൽ സമ്മർദ്ദം ചെലുത്താൻ ശ്രമിച്ചുനോക്കി. മത്സ്യം ചൂണ്ടയിൽ കുരുങ്ങിയതിനു ശേഷം ആദ്യമായി ചരട് പൊട്ടാറാകും വിധം

വലിഞ്ഞുമുറുകിയിരുന്നു. പുറകോട്ട് കുനിഞ്ഞു വലിച്ചപ്പോൾ അയാൾക്ക് അതിന്റെ കാഠിന്യം അനുഭവപ്പെടുകയും ചെയ്തു. ഇനി അല്പം പോലും സമ്മർദ്ദം ആ മത്സ്യത്തിനുമേൽ ചെലുത്താനാവില്ലെന്ന് അയാൾക്ക് മനസ്സിലായി. ഇനി ഒരിക്കലും അതിനെ വിറളിപിടിപ്പിക്കുവാൻ പാടില്ല. അയാൾ ചിന്തിച്ചു. മത്സ്യം വിറളി പിടിച്ച് പായാൻ ശ്രമിക്കുമ്പോൾ ചൂണ്ട സൃഷ്ടിക്കുന്ന മുറിവ് വലുതാവുകയാണ്. ചാടുന്ന അവസരത്തിൽ അവനത് പൊട്ടിച്ചെറിഞ്ഞേക്കും. എന്തായാലും സൂര്യപ്രകാശം എനിക്ക് സുഖം പ്രദാനം ചെയ്യുന്നുണ്ട്. ഈ മീനിന്റെ പിന്നാലെ പായുന്നതിനിടയിൽ സൂര്യനു നേരെ ഒന്നു നോക്കാൻ പോലും എനിക്ക് കഴിഞ്ഞിട്ടില്ല.

ചൂണ്ടച്ചരടിനുമേൽ മഞ്ഞ നിറത്തിലുള്ള പായലുകൾ പറ്റിപ്പിടിച്ചിരിക്കുന്നു. ചരടുവലിക്കുന്നതിന് അത് കൂടുതൽ സഹായകരമായിരിക്കുമെന്ന് വൃദ്ധന് അറിയാം. പായലുകളെക്കുറിച്ചുള്ള ചിന്ത അയാൾക്ക് സന്തോഷം നല്കി. രാത്രികാലങ്ങളിൽ പ്രകാശം ചൊരിഞ്ഞിരുന്ന ഉൾക്കടലിലെ മഞ്ഞപ്പായലുകൾ ആയിരുന്നു അവ.

"അല്ലയോ മത്സ്യമേ, നിന്നെ ഞാൻ വളരെയധികം സ്നേഹിക്കുകയും ബഹുമാനിക്കുകയും ചെയ്യുന്നുണ്ട്. എങ്കിലും ഇന്നത്തെ പകൽ അവസാനിക്കുന്നതിനുമുമ്പ് നിന്നെ ഞാൻ കൊന്നിരിക്കും. അയാൾ പറഞ്ഞു.

അങ്ങനെ മാത്രമേ സംഭവിക്കൂ എന്ന ആത്മവിശ്വാസം കിഴവന് ഉണ്ടായിരുന്നു.

വടക്കുദിക്കിൽനിന്നും ഒരു കുഞ്ഞിക്കിളി തോണിയുടെ നേരെ പറന്നുവന്നിരുന്നു. അവനൊരു പാട്ടുകാരനായിരുന്നു. ജലോപരിതലത്തിൽ വളരെ താണുപറക്കുകയാണ്. അവനും നന്നേ ക്ഷീണിതനാണെന്ന് അയാൾക്ക് മനസ്സിലായി.

"നിനക്കെത്ര വയസ്സായി?" വൃദ്ധൻ കിളിയോടു ചോദിച്ചു. "ഇത് നിന്റെ ആദ്യത്തെ ദീർഘയാത്രയാണോ?"

വൃദ്ധൻ സംസാരിക്കുവാൻ തുടങ്ങിയപ്പോൾ കിളി അയാളുടെ നേരെ നോക്കി. ചൂണ്ടച്ചരട് ഒന്നു പരിശോധിക്കുവാൻ പോലും കഴിയാത്ത വിധം അവൻ തളർന്നുകഴിഞ്ഞിരുന്നു. തന്റെ നനുത്ത കാലുകൾകൊണ്ട് ചൂണ്ടച്ചരടിൽ ഇറുകെ പിടിച്ച് അതിന്മേലിരുന്ന് ഊഞ്ഞാലാടി.

"ഈ ചരട് നല്ല ഉറപ്പുള്ളതാണ്." വൃദ്ധൻ കിളിയെ നോക്കി സംസാരം തുടർന്നു. "കാറ്റില്ലാത്ത ഒരു രാത്രിക്കു ശേഷം നീ വല്ലാതെ ക്ഷീണിച്ചുപോയിരിക്കുന്നു. അല്ലെങ്കിൽ പക്ഷികൾ എന്തിനാണ് ഇങ്ങോട്ടു പറക്കുന്നത്."

കിളികളെ വേട്ടയാടി പിടിക്കുന്നതിനുവേണ്ടി പ്രാപ്പിടിയന്മാർ കടലിലേക്ക് വരുന്നതിനെ കുറിച്ച് അയാൾ ഓർത്തു. എന്നാൽ ആ വക

കാര്യങ്ങളൊന്നും അയാൾ കിളിയോട് പറഞ്ഞില്ല. അയാൾ പറയുന്ന തൊന്നും അതിന് മനസ്സിലാകണമെന്നില്ല. അധികം വൈകാതെതന്നെ അത് പ്രാപ്പിടിയന്മാരെ കുറിച്ച് മനസ്സിലാക്കിക്കൊള്ളും.

"കുഞ്ഞിക്കിളീ, നീ ഇപ്പോൾ നന്നായി വിശ്രമിച്ചുകൊള്ളൂ." അയാൾ പറഞ്ഞു. "അതിനുശേഷം ഉൾക്കടലിലേക്ക് പറക്കൂ. ഏതൊരു മനുഷ്യ നേയും കിളിയേയും മീനിനേയുംപോലെ നിന്നെയും അവസരങ്ങൾ കാത്തിരിക്കുന്നുണ്ടാകും."

പക്ഷിയുടെ വരവ് അയാളെ ഉത്സാഹഭരിതനാക്കിത്തീർത്തു. അത് അയാളെ സംസാരിക്കാൻ പ്രേരിപ്പിച്ചു. കഴിഞ്ഞ രാത്രിയിൽ അയാളുടെ പുറം മരവിച്ചുപോയിരുന്നു. ഇപ്പോഴാണ് അത് അയാളെ കൂടുതൽ വേദനിപ്പിക്കുവാൻ തുടങ്ങിയത്.

"അല്ലയോ കുഞ്ഞിക്കിളീ, നിനക്ക് ഇഷ്ടമാണെങ്കിൽ എന്റെ വീട്ടിൽ താമസിച്ചുകൊള്ളൂ." അയാൾ പറഞ്ഞു. "പാമരം ഉയർത്തിക്കെട്ടി നിന്നെ അകത്തേക്ക് സ്വീകരിക്കുവാനും ഉയർന്നുവീശുന്ന ശീതക്കാറ്റിൽ നിന്നും സംരക്ഷിക്കാനും കഴിയാത്തതിൽ എനിക്ക് ഖേദമുണ്ട്. എന്നാലും ഞാൻ നിന്റെ ചങ്ങാതി തന്നെയല്ലേ?"

മത്സ്യം പെട്ടെന്ന് അമിത വേഗത്തിലൂടെയുള്ള ഒരു ചലനത്തിലൂടെ വൃദ്ധനെ അണിയത്തേക്ക് വലിച്ചിട്ടു. ചരടിൽ മുറുകെ പിടിക്കുകയും സാവധാനത്തിൽ അയച്ചുകൊടുക്കുകയും ചെയ്തില്ലായിരുന്നെങ്കിൽ അയാൾ കടലിലേക്ക് പതിക്കുമായിരുന്നു.

ചൂണ്ടച്ചരട് അനങ്ങിയപ്പോൾ പറന്നുപോയിരിക്കുന്നു. അത് കാണാൻ വൃദ്ധന് സാധിച്ചില്ല. വലതു കൈ കൊണ്ട് ചൂണ്ടച്ചരടിൽ തൊട്ട പ്പോൾ തന്റെ കൈയിൽ നിന്നും ചോര പൊടിയുന്നത് അയാൾ കണ്ടു.

"എന്തോ ഒന്ന് മത്സ്യത്തെ അസ്വസ്ഥപ്പെടുത്തിയിട്ടുണ്ടാകും." അയാൾ ഉറക്കെ പറഞ്ഞു. മത്സ്യത്തിന്റെ ഗതി മാറ്റാൻ സാധിക്കുവാൻ കഴിയുമോ എന്നറിയാൻ അയാൾ ചരട് പിന്നിലേക്ക് വലിച്ചു. ചരട് പൊട്ടിപ്പോകും എന്ന അവസ്ഥ വന്നപ്പോൾ ചരട് നേരെ പിടിച്ച് നിന്നു. ചൂണ്ടച്ചരടിന്മേൽ ചെയ്തിരുന്ന മനക്ലേശമൊഴിവാക്കിക്കൊണ്ട് പിന്നാക്കം നിലകൊള്ളുകയും ചെയ്തു.

"അല്ലയോ മത്സ്യമേ, നിനക്കിപ്പോൾ ശരിയായ പരീക്ഷണത്തിലൂടെ കടന്നുപോകേണ്ടിയിരിക്കുന്നു." അയാൾ പറഞ്ഞു. "അതേ അവസ്ഥയിൽ തന്നെയാണ് ഞാനും. എല്ലാം ദൈവത്തിന്റെ ഹിതം."

പക്ഷി എവിടെ എന്നറിയാനായി അയാൾ നാലുപാടും നോക്കി. അതുമായുള്ള സഹവാസം അയാൾ വളരെ ഇഷ്ടപ്പെട്ടുകഴിഞ്ഞിരുന്നു. എന്നാൽ അപ്പോഴേക്കും പക്ഷി എവിടേക്കോ പറന്നുപോയിക്കഴിഞ്ഞി രുന്നു.

"മത്സ്യമേ, നിനക്ക് അധിക സമയം ഇങ്ങനെ തുടരാനാവില്ല.

അയാൾ ചിന്തിച്ചു. നീ കടൽക്കരയിൽ എത്തുംവരെ പോകുന്നതും ക്ലേശകരമാണ്. പെട്ടെന്നുള്ള ഒരു ചാട്ടത്തിലൂടെ എന്നെ വീഴ്ത്താൻ നിനക്കെങ്ങനെ സാധിച്ചു. ഞാൻ ചെയ്തത് വിഡ്ഢിത്തമായിപ്പോയി. അല്ലെങ്കിൽ ആ സമയത്ത് ഞാനാ കുഞ്ഞിക്കിളിയെ നോക്കിയിരുന്നു പോയിട്ടുണ്ടാകും. അല്ലെങ്കിൽ വേറെ എന്തെങ്കിലും ആലോചിച്ചിരുന്നിരിക്കും. അതുപോട്ടെ, ഞാനിനി എന്റെ ജോലിയിൽ മുഴുവൻ ശ്രദ്ധയും ചെലുത്താൻ പോവുകയാണ്. ആദ്യം ട്യൂണ മത്സ്യം കഴിക്കണം. അതോടെ എന്റെ കരുത്തു ചോർന്നുപോകാതാകും."

"അവനിപ്പോൾ എന്നോടൊപ്പം ഉണ്ടായിരുന്നെങ്കിൽ!" അയാൾ ആത്മാർത്ഥമായി ആഗ്രഹിച്ചു

"എന്റെ കൈയിൽ അല്പം ഉപ്പ് ഉണ്ടായിരുന്നെങ്കിൽ" അയാൾ ഉറക്കെ പറഞ്ഞു.

ചൂണ്ടച്ചരടിന്റെ ഭാരം അയാൾ ഇടത്തെ തോളിലേക്ക് മാറ്റി. അതിനുശേഷം ശ്രദ്ധയോടെ മുട്ടുകുത്തി നിന്ന് വൃദ്ധൻ സമുദ്രജലത്തിൽ തന്റെ കൈ കഴുകി. ഒരു നിമിഷ നേരം അദ്ദേഹം കൈ മുക്കിപിടിച്ചു. രക്തം വെള്ളത്തിലൂടെ വാർന്നൊലിച്ചുപോകുന്നതും വഞ്ചി നീങ്ങുമ്പോൾ കൈയിലേക്ക് വെള്ളം ഇരച്ചുകയറുന്നതും നോക്കിക്കൊണ്ടിരുന്നു.

"അവന്റെ സഞ്ചാരം മന്ദഗതിയിലായിരിക്കുന്നു." അയാൾ സ്വരം താഴ്ത്തി പറഞ്ഞു.

കൈ കുറച്ചുസമയം കൂടി ഉപ്പുവെള്ളത്തിൽ മുക്കി വയ്ക്കണമെന്ന് അയാൾ ആഗ്രഹിച്ചു. എന്നാൽ മീൻ പെട്ടെന്നെങ്ങാനും ഇളകിയാലോ എന്ന് അയാൾ ഭയപ്പെട്ടു. വൃദ്ധൻ എഴുന്നേറ്റു. വഞ്ചിയിൽ ഉറച്ചുനിന്ന ശേഷം കൈ സൂര്യന് എതിരെ പിടിച്ചു. നൂലുപോലുള്ള ചെറിയ മുറിവേ ഉണ്ടായിരുന്നുള്ളു എങ്കിലും അത് അയാളുടെ കൈവെള്ളയിൽ ആയിരുന്നു. ഈ ദൗത്യം പൂർത്തിയാകുന്നതുവരെ തന്റെ കൈകൾ പ്രവർത്തനക്ഷമമായിരിക്കണം. ജോലി ആരംഭിക്കുന്നതിനുമുമ്പുതന്നെ കൈകൾക്ക് മുറിവ് പറ്റുന്നത് ആപത്തുതന്നെയാണ്.

കൈത്തലം ഉണങ്ങിക്കഴിഞ്ഞപ്പോൾ അയാൾ സ്വയം പറഞ്ഞു. "ഇനി ഞാൻ ആ ട്യൂണ മത്സ്യത്തെ തിന്നട്ടെ. ഒരു ചെറിയ കോലുകൊണ്ട് അത് അടുത്തേക്ക് അടുപ്പിച്ച് സാവധാനത്തിൽ തിന്നാം."

തോണിയുടെ പിൻഭാഗത്തായിരുന്നു ട്യൂണ മത്സ്യം സൂക്ഷിച്ചിരുന്നത്. അയാൾ മുട്ടുകുത്തിനിന്ന്, നൂൽ വളയത്തിൽ തട്ടാതെ കോലുകൊണ്ട് ട്യൂണ മത്സ്യത്തെ തന്റെ അടുത്തേക്ക് തട്ടിയിട്ടു. കാൽമുട്ടുകൊണ്ട് അയാൾ മത്സ്യത്തെ അമർത്തി പിടിച്ചു. അതിന്റെ തലയുടെ പിൻഭാഗം മുതൽ വാലറ്റം വരെ നെടുകെ കീറി മുറിച്ചു. ചുവന്ന നിറത്തിലുള്ള മാംസക്കഷണങ്ങളാക്കി. മരപ്പൂളിന്റെ ആകൃതിയിലുള്ള മാംസക്കഷണങ്ങൾ! അതിനുശേഷം അയാൾ അതിന്റെ നട്ടെല്ലിന്റെ

താഴെ ഭാഗം മുതൽ വയറിന്റെ അറ്റംവരെ മുറിച്ചു. ആറു കഷണങ്ങൾ മുറിച്ചെടുത്തശേഷം അണിയത്ത് പലകയുടെ മുകളിൽ നിരത്തി വച്ച് ബാക്കി ഭാഗം വാലിൽ പിടിച്ചുയർത്തി കടലിലേക്ക് വലിച്ചെറിഞ്ഞു. കത്തി തന്റെ ഉടുപ്പിൽ തുടച്ചു.

ഒരെണ്ണം മുഴുവൻ തിന്നാൻ സാധിക്കുമെന്ന് തോന്നുന്നില്ല. അയാൾ പറഞ്ഞു. അയാൾ മുറിച്ചുവച്ച മത്സ്യത്തിലേക്ക് കത്തി താഴ്ത്തി. ചൂണ്ടച്ചരട് ശക്തിയായി വലിക്കുന്നുണ്ട്. ഇടത്തെ കൈയിൽ വേദന അനുഭവപ്പെട്ടു. കൈയിലെ മാംസം കനത്ത ചരടിൽ ഇറുകി വലിഞ്ഞു. അയാൾക്ക് വെറുപ്പുതോന്നി.

"എന്തുതരം കൈയാണിത്?" കൈകളിലേക്ക് നോക്കി അയാൾ പറഞ്ഞു. "ആവശ്യമുള്ള സമയത്ത് നീ മരവിച്ചിരിക്കുന്നു. ഇറുകിപ്പിടിക്കുന്ന നഖം പോലെ ആകൂ. ഇതൊരിക്കലും നിനക്ക് ഗുണം ചെയ്യുകയില്ല."

ഉണർന്നു പ്രവർത്തിക്കൂ... അയാൾ ചിന്തിച്ചു. ഇരുണ്ട ജലത്തിനുള്ളിലൂടെ നൂലിന്റെ ചെരിവ് നോക്കി. ഇതു കഴിക്കൂ. കൈകളെ ശക്തിപ്പെടുത്തും. മത്സ്യത്തോട് മല്ലടിക്കുവാൻ തുടങ്ങിയിട്ട് നേരം ഏറെയായി. അല്ലാതെ കൈയിന്റെ കുഴപ്പമില്ല. ഇനിയും വളരെയധികം സമയം ഇത് തുടരേണ്ടി വരും. ഇപ്പോൾ ആവശ്യത്തിന് മീൻ തിന്ന് ശക്തി സംഭരിക്കുക. അയാൾ ചിന്തിച്ചു.

ഒരു കഷണം മീനെടുത്ത് വായിലിട്ട് സാവധാനത്തിൽ ചവയ്ക്കാൻ തുടങ്ങി. അത് അത്ര മോശമായിരുന്നില്ല.

നന്നായി ചവച്ചരച്ച് നീര് മുഴുവനും ഊറ്റിയെടുക്കൂ... അല്പം ചെറുനാരങ്ങനീരോ ഉപ്പോ കൂട്ടി കഴിക്കുകയാണെങ്കിൽ നന്നായിരിക്കും.

"കൈയേ... നിനക്കിപ്പോൾ എങ്ങനെയുണ്ട്?" ഏറെക്കുറെ മരവിച്ച് മരക്കഷണം പോലെയിരിക്കുന്ന വേദനിക്കുന്ന കൈയിനോട് അയാൾ ചോദിച്ചു. "നിനക്കുവേണ്ടി ഞാൻ രണ്ടു കഷണം കൂടി കഴിക്കാം."

രണ്ടായി മുറിച്ച മീനിൽനിന്ന് ഒരു കഷണം കൂടി എടുത്ത് അയാൾ വായിലിട്ട് ചവച്ചു. തൊലി പുറത്തേക്ക് തുപ്പി.

"ഇപ്പോൾ എങ്ങനെയിരിക്കുന്നു കൈയേ?" അല്ലെങ്കിൽ അതറിയുവാൻ വേണ്ട സമയം ആയിട്ടില്ലെന്നുണ്ടോ?

അയാൾ മറ്റൊരു വലിയ കഷണമെടുത്ത് ചവച്ചു. "ശക്തനായ രക്തപ്രസാദമുള്ള മത്സ്യമാണിത്. ഡോൾഫിനുപകരം ഇവനെ കിട്ടിയത് നന്നായി. ഡോൾഫിന് ഒരു മധുരസമരമാണ്. ഇവന് അതുപോലെ മധുരമില്ല. സകല ഊർജ്ജവും ഇവനിൽ ഉണ്ടുതാനും."

പ്രായോഗികബുദ്ധി ഉപയോഗിക്കുകയല്ലാതെ മറ്റൊന്നുകൊണ്ടും ഇപ്പോൾ പ്രയോജനമില്ല. അയാൾ ചിന്തിച്ചു. എന്റെ കൈവശം കുറച്ച് ഉപ്പുണ്ടായിരുന്നെങ്കിൽ എന്ന് ഞാൻ ആഗ്രഹിച്ചു പോവുകയാണ്. ബാക്കി

യുള്ളത് സൂര്യൻ ഉണക്കിക്കളയുമോ അതോ ചീഞ്ഞുപോവുമോ എന്നെനിക്ക് അറിയില്ല. അതുകൊണ്ട് വിശപ്പില്ലെങ്കിൽക്കൂടി ഞാനിത് മുഴുവനും തിന്നുതീർക്കുന്നതായിരിക്കും നല്ലത്. മീനിപ്പോൾ ശാന്തനും മര്യാദക്കാരനും ആയാണ് പെരുമാറുന്നത്. അതുകൊണ്ട് ഞാനിതു മുഴുവനും തിന്നുതീർത്ത് കരുത്താർജ്ജിക്കട്ടെ.

"ക്ഷമയോടെ ഇരിക്ക് കൈയേ, നിനക്കുവേണ്ടിയാണ് ഞാനിപ്പോൾ ഇത് ചെയ്യുന്നത്." അയാൾ പറഞ്ഞു.

തന്റെ ചൂണ്ടയിൽ കുരുങ്ങിയിരിക്കുന്ന മത്സ്യത്തിനുകൂടി അല്പം തീറ്റ കൊടുക്കാൻ കഴിഞ്ഞിരുന്നെങ്കിൽ എന്ന് വൃദ്ധൻ ആഗ്രഹിച്ചു. അവനും തന്റെ കൂടപ്പിറപ്പാണ്. എന്നാലും എനിക്ക് അവനെ കൊല്ലാതിരിക്കുവാൻ സാദ്ധ്യമല്ല. അതിനുവേണ്ടി എനിക്ക് കരുത്തും ശക്തിയും നിലനിർത്തേണ്ടതുണ്ട്. ഈ തിരിച്ചറിവോടെ അയാൾ സാവധാനത്തിൽ മീൻതുണ്ടുകൾ തിന്നുതീർത്തു.

കൈകൾ വസ്ത്രത്തിൽ തുടച്ചശേഷം നിവർന്നു.

"കൈയേ, നിനക്കിനി ചരടു വിട്ടുകൊടുക്കാം. വലതു കൈപ്പത്തി കൊണ്ടു മാത്രം എനിക്കവനെ കൈകാര്യം ചെയ്യാം. അവന്റെ വിഡ്ഢിത്തം അവസാനിപ്പിക്കുന്നതുവരെ."

ഇടതുകൈകൊണ്ടു പിടിച്ചിരുന്ന കട്ടിയുള്ള ചരടിന്മേൽ അയാൾ തന്റെ ഇടതുകാൽ അമർത്തി. മുതുകിന് എതിരെയുള്ള സമ്മർദ്ദം അയയ്ക്കുന്നതിനുവേണ്ടി അയാൾ പിന്നിലേക്ക് ചാഞ്ഞു.

"ഈ മരവിപ്പ് മാറാൻ ദൈവം എന്നെ സഹായിക്കട്ടെ." അയാൾ പറഞ്ഞു. "എന്തുകൊണ്ടാണെന്നോ, ഇനി ഈ മത്സ്യം എന്താണ് ചെയ്യാൻ പോകുന്നതെന്ന് എനിക്ക് അറിയില്ല."

ഇപ്പോഴവൻ ശാന്തനായതുപോലെയുണ്ട്. എന്നാലും തന്റെ പദ്ധതികൾ പ്രാവർത്തികമാക്കാൻ ശ്രമിച്ചുകൊണ്ടിരിക്കുകയായിരിക്കും. വൃദ്ധൻ ചിന്തിച്ചു. എന്നാൽ എന്തായിരിക്കും അവന്റെ പദ്ധതികൾ? എന്താണ് തന്റെ പദ്ധതി? അവന്റെ ഭീമമായ ആകാരം കണക്കിലെടുത്ത് അവന്റെ പദ്ധതിക്കനുസരിച്ചേ എന്തിനും രൂപം നല്കാൻ സാധിക്കുകയുള്ളു. അവൻ ചാടുകയാണെങ്കിൽ എനിക്കവനെ കൊല്ലാൻ സാധിക്കും. എന്നാൽ അവൻ എന്നെന്നും താഴെ കഴിഞ്ഞുകൂടുകയാണെങ്കിൽ അവനോടൊപ്പം ഞാനും താഴെ കഴിഞ്ഞുകൂടേണ്ടിവരും എന്നെന്നും!

അയാൾ മരവിച്ചതും മുറിവേറ്റതുമായ കൈ തന്റെ വസ്ത്രത്തിൽ തുടച്ചശേഷം വിരലുകൾ നിവർത്താൻ ശ്രമിച്ചു. എന്നാൽ മരവിപ്പ് വിട്ടുമാറുന്ന ലക്ഷണമില്ല. ചിലപ്പോൾ സൂര്യൻ ഉദിക്കുന്നതോടെ കൈയിന്റെ മരവിപ്പ് മാറി അത് നിവർത്താൻ സാധിക്കുമായിരിക്കും. ട്യൂണ മത്സ്യത്തിന്റെ പച്ചമാംസം ദഹിച്ചു കഴിഞ്ഞാൽ കൈ ഒരുപക്ഷേ, തുറക്കാൻ

സാധിച്ചാലോ. ബലം പ്രയോഗിച്ച് കൈ നിവർത്താൻ ഞാൻ ആഗ്രഹിക്കുന്നില്ല. വേണമെങ്കിൽ ബലം പ്രയോഗിച്ച് എനിക്കത് നിവർത്താനാകും. അതുവേണ്ട. അത് സ്വയം നിവർന്ന് പൂർവ്വസ്ഥിതിയിൽ എത്തട്ടെ. രാത്രിയിൽ ഞാനാ കൈയിനെ വളരെയധികം പീഡിപ്പിക്കുകയുണ്ടായി. വ്യത്യസ്തങ്ങളായ ചൂണ്ടച്ചരടുകൾ കൂട്ടിയോജിപ്പിക്കാനും അയച്ചുവിടാനും വേണ്ടിയായിരുന്നു അത്.

അയാൾ സമുദ്രജലപ്പരപ്പിലൂടെ കണ്ണോടിച്ചു. തന്നെ ചൂഴ്ന്നു നില്ക്കുന്ന ഏകാന്തതയുടെ ആഴം അയാൾക്ക് മനസ്സിലായി. ഇരുണ്ട ജലത്തിന്റെ അഗാധതയിൽ നിറമുള്ള സൂര്യകിരണങ്ങൾ പ്രകാശം ചൊരിഞ്ഞുകൊണ്ടിരുന്നു. നേരെ മുന്നോട്ട് വലിഞ്ഞുമുറുകിക്കൊണ്ടിരുന്ന ചൂണ്ടച്ചരട് ശാന്തതയുടെ തരംഗം പോലെ അയാളുടെ മുന്നിലുണ്ട്. ഉഷ്ണക്കാറ്റ് വീശാനായി മേഘക്കൂട്ടങ്ങൾ രൂപപ്പെട്ടുവരികയാണ്. അയാൾ മുന്നിലേക്ക് നോക്കി. കടലിൽ ഒരിക്കലും ഒരു മനുഷ്യനും തനിച്ചാകാറില്ലല്ലോ എന്ന് അയാൾ ഓർത്തു.

ഒരു കൊച്ചുവഞ്ചിയിൽ കാണാത്ത തീരങ്ങൾ താണ്ടി സഞ്ചരിക്കുന്നതിനെക്കുറിച്ച്, ഭയപ്പെടുന്നവരെക്കുറിച്ച് അയാൾ ചിന്തിച്ചു. യാതൊരു മുന്നറിയിപ്പുമില്ലാതെ മാറുന്ന പ്രകൃതിയെ കുറിച്ചുള്ള അവരുടെ ഭയപ്പാട് ന്യായമുള്ള ഒന്നാണ്. ഇപ്പോൾ ശക്തമായ കാറ്റ് വീശുന്ന സമയമാണ്. കാറ്റില്ലാത്തപ്പോൾ ഏറ്റവും നല്ല കാലാവസ്ഥയുള്ള കാലവും.

ചുഴലിക്കാറ്റ് രൂപം കൊള്ളുമ്പോൾ കടലിലാണ് നിങ്ങൾ ഇരിക്കുന്നതെങ്കിൽ നിങ്ങൾക്കതിന്റെ ലക്ഷണങ്ങൾ ദിവസങ്ങൾക്കുമുമ്പുതന്നെ മനസ്സിലാകും. എന്നാൽ കരയിൽ അതൊന്നും അറിയാൻ സാധിക്കുകയും ഇല്ല. എന്താണ് ശ്രദ്ധിക്കേണ്ടതെന്ന് അവർക്ക് അറിയാത്തതുകൊണ്ടാണ് അത്. മാത്രമല്ല, കരയിൽ മേഘങ്ങളുടെ ആകൃതിക്ക് വളരെ വ്യത്യാസമുണ്ടുതാനും. എന്തായാലും ഇപ്പോൾ ചുഴലിക്കാറ്റൊന്നും വീശാൻ ഇടയില്ല.

അയാൾ ആകാശത്തേക്ക് കണ്ണുകളെ പായിച്ചു. അവിടെ അതീവ ഹൃദ്യമായ ഐസ്ക്രീംകുന്നുകൾ പോലെ മേഘക്കൂട്ടങ്ങൾ! സെപ്തംബറിന്റെ ആകാശത്തിനുകീഴെ പഞ്ഞിക്കെട്ടുപോലെ ഒഴുകി നടക്കുന്ന മേഘശകലങ്ങൾ കനം കുറഞ്ഞ തൂവലുകളെ ഓർമ്മിപ്പിച്ചു.

“മത്സ്യമേ, കാലാവസ്ഥ നിന്നേക്കാൾ എനിക്കാണ് അനുയോജ്യം.” അയാൾ പറഞ്ഞു.

“അയാളുടെ ഇടതുകൈയുടെ മരവിപ്പ് അപ്പോഴും മാറിയിരുന്നില്ല. അയാൾ അത് നിവർത്താൻ ശ്രമിച്ചുകൊണ്ടിരുന്നു.

വല്ലാത്ത ശല്യമാണല്ലോ കൈയുടെ മരവിപ്പ് എന്നയാൾ വിചാരിച്ചു. ശരീരം സ്വയം വഞ്ചന നടത്തുന്നതാണത്. ഭക്ഷ്യ വിഷബാധ നിമിത്തം അതിസാരം പിടിപെടുന്നതും ഛർദ്ദിക്കുന്നതും അന്യരുടെ മുന്നിൽ

വച്ചാകുമ്പോൾ അത് അപമാനകരമാണ്. എന്നാൽ മരവിപ്പ് കൊടിയ ശാപം എന്നോണം ഒരു മനുഷ്യനെ നാണം കെടുത്തുന്നു. പ്രത്യേകിച്ചും അയാൾ ഒറ്റയ്ക്കായിരിക്കുമ്പോൾ.

അവൻ ഇവിടെ ഉണ്ടായിരുന്നു എങ്കിൽ അവനെനിക്ക് കൈ തലോടി തരുമായിരുന്നു. കൈത്തലം പിടിച്ച് അവൻ നിവർത്തി തരുമായിരുന്നു. എന്തായാലും അത് നിവരും എന്ന കാര്യത്തിൽ അയാൾക്ക് സംശയമൊന്നും ഉണ്ടായിരുന്നില്ല.

വെള്ളത്തിൽ ചരടിന്റെ ചരിവ് കാണുന്നതിനുമുമ്പ് അയാൾ വലത്തെ കൈകൊണ്ട് ചരടിന്റെ വലിവിന്റെ വ്യത്യാസം മനസ്സിലാക്കി. വൃദ്ധൻ ചൂണ്ടച്ചരടിനുനേരെ കുനിഞ്ഞു. ഇടതു കൈയുടെ മരവിപ്പ് മാറുന്നതിനു വേണ്ടി ശക്തിയായി എന്നാൽ സാവധാനത്തിൽ തുടയിൽ തല്ലിക്കൊണ്ടിരുന്നു. ആ സമയത്ത് ചൂണ്ടച്ചരട് സാവകാശം മുൻഭാഗത്തേക്ക് പാഞ്ഞു.

“അവൻ മുകളിലേക്ക് വന്നുകൊണ്ടിരിക്കുകയാണ്.” അയാൾ പറഞ്ഞു.

ചൂണ്ടച്ചരട് സാവകാശത്തിൽ മുകളിലേക്ക് ഉയർന്നു. തോണിയുടെ മുൻഭാഗത്തായി മീൻ പ്രത്യക്ഷപ്പെട്ടു. അവന്റെ വശങ്ങളിൽനിന്നും വെള്ളം ഉതിർന്നുവീണുകൊണ്ടിരുന്നു. സൂര്യപ്രകാശത്തിൽ അവൻ വെട്ടിത്തിളങ്ങി. അവന്റെ ശിരസ്സും പിൻഭാഗവും ഇരുണ്ട് ഊത നിറമായി മാറിയിരുന്നു. വശങ്ങളിലെ വരകൾ സൂര്യപ്രകാശത്തിൽ തെളിഞ്ഞു. അവന്റെ കൊമ്പുകൾ ബേസ്ബാൾ ബാറ്റുപോലെ നീളമുള്ളതായിരുന്നു. അതിന്റെ അഗ്രം ചുരികപോലെ കൂർത്തിരുന്നു. തന്റെ രൂപം മുഴുവനും പുറത്തേക്ക് കാണിച്ചതിനുശേഷം വീണ്ടും വെള്ളത്തിലേക്ക് ഊളിയിട്ട് ആണ്ടു പോയി. ഒരു മുങ്ങൽ വിദഗ്ദ്ധനെ പോലെയാണ് അവൻ പോയത്. അരിവാൾ പോലുള്ള അവന്റെ വാല് വെള്ളത്തിലേക്ക് ആണ്ടുപോകുന്നത് വൃദ്ധൻ കണ്ടു. ചൂണ്ടച്ചരട് പുറത്തേക്ക് ഉന്തിവരാൻ തുടങ്ങി.

അവന് വഞ്ചിയേക്കാൾ രണ്ടടി നീളം കൂടുതലുണ്ടെന്ന് വൃദ്ധൻ മനസ്സിലാക്കിക്കഴിഞ്ഞിരുന്നു. ചൂണ്ടച്ചരട് വളരെ വേഗത്തിൽ അയഞ്ഞു കൊണ്ടിരുന്നു. മത്സ്യത്തിന് അല്പം പോലും പരിഭ്രാന്തി ഉണ്ടായിരുന്നില്ല. ചരട് മുറിഞ്ഞുപോകാത്ത വിധത്തിൽ നിയന്ത്രിച്ചുകൊണ്ട് വൃദ്ധൻ ചൂണ്ടച്ചരടിനെ പിടിച്ചുനിർത്താൻ രണ്ടു കൈകളും ഉപയോഗിച്ച് പരിശ്രമിച്ചു. വേഗത കുറയ്ക്കാൻ സാധിച്ചില്ലെങ്കിൽ മത്സ്യം ചരട് മുഴുവനും വലിച്ചു കൊണ്ടുപോകുമെന്നും അവസാനം അത് പൊട്ടിക്കും എന്നും ഉള്ള കാര്യം അയാൾക്ക് അറിയാമായിരുന്നു.

അവൻ വലിയൊരു മത്സ്യംതന്നെയാണ്. എന്നാൽ അവന്റെ ശക്തി എന്തെന്ന് മനസ്സിലാക്കാൻ അവനെ അനുവദിക്കുന്ന തരത്തിലാകരുത് എന്റെ പ്രവർത്തി. നീന്തി അകന്നാൽ എന്താകുമെന്ന് മനസ്സിലാക്കാനും

അവനെ അനുവദിക്കാൻ പാടില്ല. അവന്റെ സ്ഥാനത്ത് ഞാനായിരുന്നെങ്കിൽ സർവ്വശക്തിയും സംഭരിച്ച് പാഞ്ഞു പോകുമായിരുന്നു. എന്നാൽ ദൈവത്തിനു നന്ദി! അവരെ കൊല്ലാൻമാത്രം കരുത്തരായ നമ്മുടെ അത്ര ബുദ്ധിയുള്ളവരല്ല അവർ. എങ്കിലും നിങ്ങളെക്കാളും കൂടുതൽ അന്തസ്സും കഴിവും ഉള്ളവരാണ് അവർ.

ഇവനെക്കാളും വലിയ ധാരാളം മത്സ്യങ്ങളെ വൃദ്ധൻ കണ്ടിട്ടുണ്ട്. ആയിരം പൗണ്ടിലധികം ഭാരമുള്ള ധാരാളം മത്സ്യങ്ങളെ... അത്തരം രണ്ടെണ്ണത്തിനെ ഈ കാലത്തിനിടയിൽ പിടി കൂടിയിട്ടുമുണ്ട്. പക്ഷേ, അന്നയാൾ ഒരിക്കലും ഒറ്റയ്ക്കായിരുന്നില്ല. എന്നാൽ ഇന്ന് കരകാണാക്കടലിൽ ഒരു കൂറ്റൻ മീനുമായി ഏകനായി ഏറ്റുമുട്ടേണ്ട അവസ്ഥയിലാണ് അയാളിപ്പോൾ. താൻ കണ്ടിട്ടുള്ളതിൽ വച്ച് ഏറ്റവും വലുതും പറഞ്ഞുകേട്ടിട്ടുള്ളതിൽ വച്ച് ഏറ്റവും വലിപ്പമേറിയതുമായ മീനിനോടൊപ്പം. ഒരു കഴുകൻ ഇറുക്കിപ്പിടിച്ചിരുന്നതുപോലെ അയാളുടെ കൈ ഞെരുങ്ങിയിരുന്നു.

ഇടതുകൈയുടെ മരവിപ്പ് ഒന്നു മാറി കിട്ടിയിരുന്നെങ്കിൽ എന്നയാൾ ആത്മാർത്ഥമായി ആഗ്രഹിച്ചു. തന്റെ വലതുകൈയെ സഹായിക്കണമെങ്കിൽ അത് കൂടിയേ കഴിയൂ. തന്റെ രണ്ടു കൈകളും ഈ ഭീമൻ മത്സ്യവും സഹോദരസ്ഥാനത്താണ്. അതുകൊണ്ടുതന്നെ കൈ വേദനിക്കുവാൻ പാടില്ല. മത്സ്യം വീണ്ടും തന്റെ ചലനം സാവധാനത്തിലാക്കി. അതിന്റെ സാധാരണ വേഗതയിൽത്തന്നെ മുന്നോട്ടു നീങ്ങിക്കൊണ്ടിരുന്നു.

"അവൻ ചാടിയതെന്തിനാണെന്ന് ഓർത്ത് എനിക്ക് ആശ്ചര്യം തോന്നുന്നു." വൃദ്ധൻ ചിന്തിച്ചു. "അവന്റെ വലുപ്പം എന്നെ ബോദ്ധ്യപ്പെടുത്തുവാൻവേണ്ടി ആവണം അവൻ ചാടിയത്. അതെനിക്കിപ്പോൾ ബോദ്ധ്യമായി. ഞാൻ എന്തുതരം മനുഷ്യനാണെന്ന് അവനെ മനസ്സിലാക്കി കൊടുക്കുവാൻ സാധിച്ചിരുന്നെങ്കിൽ എന്ന് ഞാനും ആഗ്രഹിക്കുന്നു. അപ്പോൾ അവൻ എന്റെ കോച്ചി മരവിച്ച കൈകണ്ടേക്കും. കാഴ്ചയിൽ ഉള്ളതിനേക്കാൾ കരുത്തനാണ് ഞാൻ എന്ന് അവൻ കരുതിക്കോട്ടെ. ഞാൻ അങ്ങനെ ആയിരിക്കുകയും ചെയ്യും. ഞാനായിരുന്നു അവന്റെ സ്ഥാനത്തെങ്കിൽ!" അയാൾ ചിന്തിച്ചു. "എനിക്കെതിരെ അവന് ധാരാളം കരുത്തും ശക്തിയും എല്ലാം ഉണ്ടായികൊള്ളട്ടെ; എനിക്ക് എന്റെ ഇച്ഛാശക്തിയും ബുദ്ധിയും തന്നെ ധാരാളമാണ്."

വഞ്ചിയുടെ പലകയിൽ ചാരിയിരുന്ന് അയാൾ അല്പം ആശ്വസിച്ചു. മത്സ്യം അതേ ഗതിയിൽ നീന്തിക്കൊണ്ടിരുന്നു. വഞ്ചിയും ഇരുണ്ട ജലത്തിലൂടെ സാവകാശം മുന്നോട്ടു നീങ്ങിക്കൊണ്ടിരുന്നു. കിഴക്കുദിക്കിൽനിന്നും വീശിക്കൊണ്ടിരിക്കുന്ന കാറ്റിനോടൊപ്പം കടലിനും ചെറിയ ഉയർച്ച ഉണ്ടായി. ഉച്ചയായതോടെ അയാളുടെ കൈയിന്റെ മരവിപ്പ് ഏകദേശം മാറി. അയാൾക്ക് ആശ്വാസം അനുഭവപ്പെട്ടു.

“മത്സ്യമേ, നിന്നെ സംബന്ധിച്ചിടത്തോളം ഇത് അശുഭകരമായ വാർത്തയാണ്.” അയാൾ പറഞ്ഞു. തോളിനെ മൂടിയിരുന്ന ചാക്കു കഷണത്തിനു മുകളിലൂടെ അയാൾ ചൂണ്ടച്ചരടിന്റെ സ്ഥാനം മാറ്റിപ്പിടിച്ചു.

അയാൾക്ക് ആശ്വാസം തോന്നിയിരുന്നെങ്കിലും കഷ്ടപ്പാടുകൾ സഹിച്ചുകൊണ്ടു തന്നെയായിരുന്നു ഇരുന്നിരുന്നത്. അത് സമ്മതിക്കുവാൻ അയാൾ തയ്യാറായിരുന്നില്ല എന്നു മാത്രം.

“ഞാൻ മതഭക്തനൊന്നുമല്ല” അയാൾ സ്വയം പറഞ്ഞു. “എങ്കിലും ഇവനെ പിടിക്കുന്നതിനുവേണ്ടി ഞാൻ പ്രാർത്ഥനകൾ ഉരുവിടും. വിശുദ്ധ കന്യാമറിയത്തിന്റെ അടുക്കലേക്ക് തീർത്ഥയാത്ര പോകും.

തികച്ചും യാന്ത്രികമായി അയാൾ പ്രാർത്ഥനകൾ ഉരുവിടാൻ തുടങ്ങി. ചില സമയത്ത് പ്രാർത്ഥനാ വാചകങ്ങൾ ഓർമ്മിക്കുവാൻ പോലും സാധിക്കാതെ അയാൾ ക്ഷീണിതനാകും. അതിവേഗത്തിൽ ചൊല്ലാൻ തുടങ്ങുമ്പോൾ ഒഴുക്കോടെ വാചകങ്ങൾ ഓർമ്മയിൽ തെളിയും.

പ്രാർത്ഥനാവചനങ്ങൾ ഉരുവിട്ടുകഴിഞ്ഞതോടെ അയാൾക്ക് അല്പം ആശ്വാസം അനുഭവപ്പെട്ടു. എങ്കിലും യാതനകൾക്ക് കുറവൊന്നും ഉണ്ടായിരുന്നില്ല. ശാരീരിക ക്ലേശങ്ങൾ അല്പം കൂടുകയാണ് ഉണ്ടായതെന്ന് പറയാം.

അണിയത്തെ പലകമേൽ ചാരിനിന്ന് യാന്ത്രികമായി ഇടതുകൈയിലെ വിരലുകൾ നിവർത്തുകയും മടക്കുകയും ചെയ്തുകൊണ്ട് ജോലി തുടർന്നു.

ഇളംകാറ്റ് വീശിയിരുന്നു എങ്കിലും സൂര്യന്റെ ചൂട് വർദ്ധിച്ചുകൊണ്ടിരുന്നു.

“ആ ചെറിയ നൂൽ ഇര കോർത്ത ശേഷം വഞ്ചിയുടെ പിൻഭാഗത്തുകൂടെ ഇടണമായിരുന്നു.” അയാൾ പറഞ്ഞു. “മത്സ്യം ഒരു രാത്രികൂടി ഇതേപോലെ സഞ്ചരിക്കുവാൻ ഒരുങ്ങുകയാണെങ്കിൽ എനിക്കു വീണ്ടും ആഹാരം കഴിക്കേണ്ടി വരും. കുപ്പിയിലുള്ള വെള്ളവും തീരാറായി. ഡോൾഫിനൊഴികെ മറ്റൊരു മീനും ഇവിടെ ഉണ്ടാകാൻ ഇടയില്ല. പിടിച്ച ഉടനെ തിന്നുകയാണെങ്കിൽ അതത്ര മോശമൊന്നുമല്ല. ഇന്നുരാത്രിയിൽ ഒരു പറക്കും മത്സ്യം വഞ്ചിയിലേക്ക് വന്നുവീണെങ്കിൽ എന്ന് ഞാൻ ആഗ്രഹിക്കുകയാണ്. എന്നാൽ അവയെ ആകർഷിക്കുവാൻ എന്റെ കൈയിൽ വെളിച്ചമില്ല. പച്ചയ്ക്ക് തിന്നാൻ ഏറ്റവും പറ്റിയതാണ് പറക്കും മത്സ്യം. മുറിച്ച് കഷണമാക്കേണ്ട ആവശ്യം പോലും ഇല്ല. ഇപ്പോൾ സകല ശക്തിയും ഞാൻ സംഭരിച്ചുവയ്ക്കണം. ദൈവത്താണേ ഇവൻ ഇത്ര വലിയ ഒരു മീനായിരിക്കുമെന്ന് ഞാൻ സ്വപ്നത്തിൽക്കൂടി വിചാരിച്ചില്ല.

“എങ്കിലും ഞാനവന്റെ കഥ കഴിക്കാതിരിക്കില്ല” അയാൾ പറഞ്ഞു. അവന്റെ സകല പ്രതാപത്തോടും മഹത്ത്വത്തോടും കൂടിത്തന്നെ അതു ചെയ്തിരിക്കും.”

“അതുചിലപ്പോൾ അനീതി ആയിരിക്കും. അയാൾ ചിന്തിച്ചു. എങ്കിലും ഒരു മനുഷ്യന് എന്തെല്ലാം ചെയ്യാനാകുമെന്ന് ഞാനവന് കാണിച്ചു കൊടുക്കും. എത്രമാത്രം ധൈര്യവും ക്ഷമയുമാണ് ഒരു മനുഷ്യനുള്ള തെന്നും.”

“ഞാനൊരു അസാധാരണ വൃദ്ധനാണെന്ന് ആ ബാലനോട് പറ ഞ്ഞിട്ടുണ്ടായിരുന്നു. അത് തെളിയിക്കുവാൻ പറ്റിയ അവസരമാണ് ഇപ്പോൾ ഒത്തുവന്നിരിക്കുന്നത്.”

ഒരായിരം തവണയെങ്കിലും അയാളത് തെളിയിച്ചുകഴിഞ്ഞിട്ടുണ്ടെ ങ്കിലും അതൊന്നും ഇപ്പോൾ പ്രസക്തമല്ല. ഇപ്പോൾ അയാൾ അത് വീണ്ടും തെളിയിക്കുവാൻ ശ്രമിക്കുകയാണ്. ഓരോ സമയവും ഓരോ പുതിയ വെല്ലുവിളിയാണ്. പുതിയ അവസരമാണ്. അത്തരം അവസര ങ്ങൾ ഭൂതകാലത്തെക്കുറിച്ച് ചിന്തിച്ച് സമയം പാഴാക്കാനുള്ളതല്ല.

ഇപ്പോൾ മത്സ്യമൊന്ന് ഉറങ്ങിയിരുന്നെങ്കിൽ എന്ന് അയാൾ ആഗ്ര ഹിച്ചു. എങ്കിൽ തനിക്കും ഒന്ന് ഉറങ്ങാമായിരുന്നു. സിംഹങ്ങളെ സ്വപ്നം കാണുകയും ചെയ്യാമായിരുന്നു. വൃദ്ധൻ ചിന്തിച്ചു. സ്വപ്നങ്ങൾ എന്തു കൊണ്ടാണ് സ്വപ്നത്തിന്റെ പ്രധാന വിഷയമാകുന്നത്? മനുഷ്യാ, നീ ആലോചിച്ചു നേരം കളയരുത്. അയാൾ തന്നോടു തന്നെ പറഞ്ഞു. ഇപ്പോൾ യാതൊന്നും ചിന്തിക്കാതെ പലകയിൽ ചാഞ്ഞിരുന്ന് അല്പ സമയം വിശ്രമിക്ക... അവനും ജോലി ചെയ്തുകൊണ്ടിരിക്കുകയാണ്. നിങ്ങളെപ്പോലെ തന്നെ വളരെ സാവധാനത്തിൽ.

ഉച്ചവെയിൽ താഴ്ന്നു കഴിഞ്ഞു. വഞ്ചി യാതൊരു ചാഞ്ചല്യവും കൂടാതെ സാവധാനം ഒരേ ഗതിയിൽ യാത്ര തുടർന്നു. കിഴക്കൻ കാറ്റ് അല്പം ശക്തിയോടെ വീശാൻ ആരംഭിച്ചപ്പോൾ വൃദ്ധൻ സമുദ്ര ത്തിലൂടെ അനായാസം യാത്ര തുടർന്നു. മത്സ്യം വടക്കുകിഴക്കു ഭാഗത്തേക്ക് തിരിഞ്ഞിരിക്കുന്നുവെന്ന് അയാൾക്ക് മനസ്സിലായി.

മത്സ്യത്തെ ഒരു പ്രാവശ്യം കണ്ടിട്ടുള്ളതിനാൽ മത്സ്യം ശാന്തനായി വെള്ളത്തിലൂടെ സഞ്ചരിക്കുന്നത് അയാൾ ഭാവനയിൽ കണ്ടു. ചുവപ്പു കലർന്ന ഇളംനീല നിറത്തോടുകൂടിയ ചെകിളകൾ ചിറകുകൾ പോലെ വിടർത്തിയ ശേഷം നിവർന്നുനില്ക്കുന്ന വലിയ വാലുകൊണ്ട് കൂരിരു ട്ടിനെ കീറിമുറിച്ചുകൊണ്ട് നീങ്ങുകയാണ്. ആഴക്കടലിൽ അവന് ഇത്ര മാത്രം കാഴ്ചയുണ്ടെന്നത് അത്ഭുതം തന്നെയാണ്. വൃദ്ധൻ ചിന്തിച്ചു. വലിയ കണ്ണുകളാണ് അവന്. അവനേക്കാൾ വളരെ ചെറിയ കണ്ണുകളുള്ള കുതിരകൾക്ക് അവനേക്കാൾ കാഴ്ചശക്തിയുണ്ട്. പണ്ടൊക്കെ എനിക്കും

ഇരുട്ടത്ത് കാണാമായിരുന്നു. കൂരിരുട്ടിൽ വ്യക്തമായി കാണാമെന്നല്ല, ഒരു പൂച്ചയ്ക്കുള്ള കാഴ്ചശക്തി പോലെ .....

സൂര്യന്റെ ചൂടും വിരലുകളുടെ ക്രമപ്രകാരമുള്ള ചലനങ്ങളും അയാളുടെ ഇടതുകൈയിന്റെ മരവിപ്പ് പൂർണ്ണമായും മാറ്റി. അതോടെ ആയാസത്തിന്റെ ഭൂരിഭാഗവും ഇടതു കൈയിലേക്ക് മാറ്റാൻ തുടങ്ങി.

ചൂണ്ടച്ചരടിന്റെ വലിവിലൂടെ ഉണ്ടാകുന്ന അസ്വസ്ഥത കുറച്ചൊന്ന് കുറയ്ക്കുന്നതിനുവേണ്ടി അയാൾ മുതുകിലെ മാംസപേശി ഒന്ന് ചലിപ്പിച്ചു.

"അല്ലയോ മത്സ്യമേ, നീ ഇനിയും ക്ഷീണിതനായിട്ടില്ലെങ്കിൽ..." അയാൾ ഉറക്കെ പറഞ്ഞു. "നീ തികച്ചും അസാമാന്യൻ തന്നെ."

അയാൾക്ക് വളരെയധികം ക്ഷീണം അനുഭവപ്പെട്ടു. രാത്രി വളരെ വേഗം വന്നണയുമെന്ന് അയാൾക്ക് മനസ്സിലായി. അയാൾ മറ്റു പല കാര്യങ്ങളെ കുറിച്ചും ആലോചിക്കുവാൻ ശ്രമിച്ചു. വലിയ വലിയ ബേസ്ബോൾ കളികളെക്കുറിച്ച് അയാൾ ചിന്തിക്കുവാൻ തുടങ്ങി. ന്യൂയോർക്കിലെ യാങ്കികളും ഡിട്രോയിട്ടിലെ ടൈഗേഴ്സും തമ്മിലാണ് കളി എന്ന് അയാൾക്ക് അറിയാമായിരുന്നു.

ഇന്നിപ്പോഴിത് രണ്ടാമത്തെ ദിവസമാണ് മത്സരത്തിന്റെ ഫലം അറിയാതായിട്ട്. അയാൾ ചിന്തിച്ചു. എനിക്ക് ആത്മവിശ്വാസം ഉണ്ടായേ പറ്റൂ. കാലിനടിയിൽ അതിശക്തമായ വേദന ഉണ്ടായിട്ടും യാതൊരു താളപ്പിഴയും കൂടാതെ പ്രവർത്തിക്കുന്ന മഹാനായ ഡിമാ ഗിയോ വാനോളം കാര്യപ്രാപ്തി എനിക്ക് ഉണ്ടാവണം. അത്ര വലിയ വേദനയൊന്നും എനിക്കൊരിക്കലും സഹിക്കാനാവില്ല. രണ്ടുകണ്ണും നഷ്ടപ്പെട്ടാലും പോര് തുടരുന്ന അങ്കക്കോഴികളെപ്പോലെ പ്രവർത്തിക്കുവാൻ നമുക്കു സാധിക്കില്ല. മനുഷ്യനൊരിക്കലും കൂറ്റൻ പക്ഷികളോടും മൃഗങ്ങളോടും മത്സരിക്കുവാൻ സാധിക്കുകയില്ല. കടലിന്റെ അഗാധതയിൽ കഴിയുന്ന ആ ജന്തുവിനേക്കാളും മെച്ചം ഞാൻ തന്നെയാണ്.

"സ്രാവുകൾ വരാതിക്കട്ടെ." അയാൾ ഉറക്കെ പറഞ്ഞു. "സ്രാവുകൾ വന്നാൽ..... എന്നോടും അവനോടും ദൈവം കരുണ കാണിക്കട്ടെ."

ഈ മത്സ്യത്തോടൊപ്പം ഞാൻ പിടിച്ചുനില്ക്കുന്നത്രയും സമയം കളിക്കളത്തിൽ നില്ക്കുവാൻ ഡിമാഗിയോക്കു കഴിയുമോ? അയാൾ ചിന്തിച്ചു. എന്നേക്കാൾ നന്നായി ഡിമാഗിയോക്ക് അതു സാധിക്കുമെന്ന് എനിക്കുറപ്പുണ്ട്. അയാൾ യുവാവാണ്. ശക്തനും. കൂടാതെ അയാളുടെ അച്ഛൻ ഒരു മീൻപിടുത്തക്കാരൻ ആയിരുന്നുവത്രേ. എന്നാൽ പാദത്തിലെ വേദന അയാളെ വല്ലാതെ അലോസരപ്പെടുത്തുമ്പോഴോ?

"എനിക്കറിയില്ല." അയാൾ ഉച്ചത്തിൽ പറഞ്ഞു. " എനിക്കൊരിക്കലും അത്തരത്തിലുള്ള ഉപ്പൂറ്റി വേദന ഉണ്ടായിട്ടില്ല."

സൂര്യൻ അസ്തമിക്കുവാൻ തുടങ്ങി. ആത്മവിശ്വാസം വർദ്ധിപ്പിക്കുന്നതിനുവേണ്ടി അയാൾ പഴയ പല കാര്യങ്ങളും ഓർമ്മിച്ചെടുക്കുവാൻ തുടങ്ങി. പണ്ടൊരിക്കൽ കസാ ബ്ലാൻ കാ സത്രത്തിൽവച്ച് സിയൻ ഫ്യൂഗോസിലെ പ്രശസ്തനായ നീഗ്രോയുമായി പഞ്ചപിടിച്ച കാര്യം അയാൾ ഓർമ്മിച്ചു. ആ കടൽത്തുറയിലെ ഏറ്റവും കരുത്തനായ മനുഷ്യനായിരുന്നു അവൻ. മേശപ്പുറത്ത് ചോക്കുകൊണ്ടുള്ള വരകളിൽ കൈമുട്ടുകൾ ഊന്നി കൈത്തണ്ടകൾ നേരെ കുത്തനെ ഉയർത്തി കൈപ്പത്തികൾ തമ്മിൽ മുറുകെ പിടിച്ച് ഒരു രാവും ഒരു പകലും അവർ തള്ളി നീക്കി. അവർ രണ്ടുപേരും എതിരാളിയുടെ കൈ മേശമേൽ മലർത്തിയടിക്കുവാൻ ശ്രമിച്ചുകൊണ്ടിരുന്നു. അവിടെ ധാരാളം പന്തയം വയ്പുകാരും ഉണ്ടായിരുന്നു. ആളുകൾ മണ്ണെണ്ണവിളക്കിന്റെ വെളിച്ചത്തിൽ അകത്തേക്കും പുറത്തേക്കും പോയും വന്നും ഇരുന്നു. അയാൾ നീഗ്രോയെ സസൂക്ഷ്മം വീക്ഷിച്ചു. ആദ്യത്തെ എട്ടു മണിക്കൂറിനുശേഷം ഓരോ നാലു മണിക്കൂറിലും റഫറികളെ മാറ്റിക്കൊണ്ടിരുന്നു. റഫറിമാർക്ക് ഉറങ്ങാനുള്ള സമയം അങ്ങനെ ലഭിച്ചു. അയാളുടെയും നീഗ്രോയുടെയും വിരൽത്തുമ്പിൽനിന്നും ചോര പൊടിഞ്ഞു. അവർ പരസ്പരം കണ്ണുകളിലേക്കും കൈകളിലേക്കും കൈത്തണ്ടകളിലേക്കും മാറി മാറി നോക്കി. പന്തയം വയ്പുകാർ മുറിക്കകത്തേക്ക് വരുകയും പോവുകയും ചെയ്തുകൊണ്ടിരുന്നു. കുറച്ചുകഴിഞ്ഞപ്പോൾ അവർ ചുവരിന് അഭിമുഖമായിരുന്ന് മത്സരം നോക്കിക്കണ്ടു. ചുവരുകളിൽ നീലച്ചായം പൂശിയിരുന്നു. മരംകൊണ്ട് നിർമ്മിച്ചവയായിരുന്നു ചുവരുകൾ. വിളക്കിന്റെ പ്രകാശത്തിൽ അവരുടെ നിഴലുകൾ ചുവരിൽ പതിഞ്ഞു.. നീഗ്രോയുടെ നിഴലിന് വലുപ്പക്കൂടുതൽ ഉണ്ടായിരുന്നു. ഇളംകാറ്റിൽ വിളക്കിൻ നാളങ്ങൾ ആടാൻ തുടങ്ങിയപ്പോൾ നിഴലുകളും ചലിക്കാൻ ആരംഭിച്ചു.

മത്സരാർത്ഥികളുടെ പക്ഷം പിടിക്കുന്നവർ രാത്രി മുഴുവനും മുന്നിലും പിന്നിലുമായി മാറി മാറി നിന്നു. അവർ നീഗ്രോയ്ക്ക് റം നല്കി. സിഗരറ്റ് കത്തിച്ചു കൊടുത്തു. റമ്മു കുടിച്ചതോടെ നീഗ്രോ കൂടുതൽ ഉന്മേഷവാനായി. അയാൾ ഒരു ഉഗ്രമായ പ്രകടനം തന്നെ നടത്തി. ഒരു സമയത്ത് അയാൾ വൃദ്ധന്റെ മേൽ ആധിപത്യം ചെലുത്തുകതന്നെ ചെയ്തു. സമനിലയിൽനിന്ന് അല്പം അകലെ. അന്നയാൾ വൃദ്ധൻ ആയിരുന്നില്ല. ചാമ്പ്യനായ സാന്റിയാഗോ ആയിരുന്നു. അയാൾ കൈയുയർത്തി വീണ്ടും സമനില പാലിച്ചു. അതോടെ മികച്ച കായികതാരവും നല്ലവനുമായ നീഗ്രോയെ തോല്പിക്കാനാകുമെന്ന് അയാൾക്ക് ഉറപ്പായിരുന്നു. എളുപ്പത്തിൽ തന്റെ വരുതിയിൽ ആക്കാനാകും.

നേരം പ്രഭാതമായപ്പോൾ മത്സരം സമനിലയിൽ ആക്കി അവസാനിപ്പിച്ചുകൂടെ എന്ന് വാതുവയ്പുകാർ അഭ്യർത്ഥിച്ചു. റഫറി തല

കുലുക്കി സമ്മതം അറിയിച്ചു. എന്നാൽ ആ സമയത്ത് അയാൾ നീഗ്രോയുടെ കൈകൾ ബലമായി താഴേക്ക് കൊണ്ടുവന്നു. ഉടനെതന്നെ മലർത്തിയടിക്കുകയും ചെയ്തു. തുടർന്ന് ശ്രമം മതിയാക്കി. ഞായറാഴ്ച രാവിലെ തുടങ്ങിയ മത്സരം അവസാനിച്ചത് തിങ്കളാഴ്ച രാവിലെ ആയിരുന്നു. പന്തയം വച്ചവരിൽ ഭൂരിഭാഗം ആളുകളും മത്സരം സമനിലയിൽ അവസാനിപ്പിക്കുവാൻ ആവശ്യപ്പെട്ടതാണ്. അവർക്ക് ചെറിയ തുറമുഖങ്ങളിൽ പഞ്ചസാരച്ചാക്കുകൾ കയറ്റുവാനും ഹവാനയിലെ കൽക്കരിക്കമ്പനിയിൽ ജോലിക്കു പോകുവാനും ഉണ്ടായിരുന്നു. അല്ലെങ്കിലും അത് എങ്ങനെയെങ്കിലും അവസാനിപ്പിക്കണമെന്ന് അവരോരോരുത്തരും ആഗ്രഹിച്ചു. അയാളാകട്ടെ, എല്ലാവർക്കും ജോലിക്കുപോകേണ്ട സമയത്തിനു മുമ്പുതന്നെ ഒരു വിധത്തിൽ മത്സരം അവസാനിപ്പിക്കുകയും ചെയ്തു.

ആ സംഭവത്തിനു ശേഷം കുറെക്കാലത്തേക്ക് ആളുകൾ അയാളെ വിളിച്ചിരുന്നത് ചാമ്പ്യൻ എന്നായിരുന്നു. വസന്തകാലത്ത് ഒരു മത്സരത്തിൽക്കൂടി അയാൾ പങ്കെടുക്കുകയുണ്ടായി. ആ മത്സരത്തിൽ പന്തയത്തുക വളരെ കുറവായിരുന്നു. സിയാന ഫയഗോയിൽനിന്ന് വന്ന നീഗ്രോയുടെ ആത്മവിശ്വാസം ആദ്യമത്സരത്തിൽത്തന്നെ തകർത്തു എന്നതിനാൽ അയാൾക്ക് ആ മത്സരം വളരെ എളുപ്പത്തിൽ ജയിക്കാനായി. അതിനുശേഷം അദ്ദേഹം കുറച്ചു മത്സരങ്ങളിൽക്കൂടി പങ്കെടുക്കുകയുണ്ടായി. പിന്നീട് മത്സരിക്കുവാൻ പോയില്ല. അത്രമാത്രം നിർബ്ബന്ധമുണ്ടെങ്കിൽ മാത്രമേ താൻ ആരെയെങ്കിലും തോല്പിക്കുകയുള്ളു എന്ന് അയാൾ തീരുമാനിക്കുകയുണ്ടായി. തന്റെ പ്രധാന ജോലി മീൻപിടുത്തമാണ്. ഇത്തരം മത്സരങ്ങളിൽ പങ്കെടുക്കുന്നത് തന്റെ വലതു കൈക്ക് ഗുണകരമല്ല എന്ന് അയാൾ മനസ്സിലാക്കി. എതാനും പരിശീലന മത്സരങ്ങൾ അയാൾ ഇടതുകൈകൊണ്ടു നടത്തുകയുണ്ടായി. എന്നാൽ ഇടതു കൈ ഒരിക്കലും അയാളെ സഹായിക്കുകയുണ്ടായിട്ടില്ല. എന്നും ചതിക്കുകയാണ് ചെയ്തിട്ടുള്ളത്. അയാൾ അതിനോട് എന്തു ചെയ്യുവാൻ ആവശ്യപ്പെടുന്നുവോ അതിനു നേരെ വിപരീതം മാത്രമേ ചെയ്യൂ. അതുകൊണ്ട് അയാൾ ഇടതുകൈയിനെ അധികം ആശ്രയിക്കുവാൻ പോകാറില്ല.

സൂര്യനിപ്പോൾ അതിനെ ചൂടുപിടിപ്പിച്ചിട്ടുണ്ടാകും. നന്നായി ഉണക്കി എടുത്തിരിക്കും. അയാൾ വിചാരിച്ചു. രാത്രിയിൽ അധികം തണുപ്പടിച്ചിട്ടില്ലെങ്കിൽ വീണ്ടും വേദനിക്കുകയില്ല. ഈ രാത്രിയിൽ ഇനി എന്താകും സംഭവിക്കുവാൻ പോകുന്നത്.

മിയാമിയിലേക്ക് പറക്കുന്ന ഒരു വിമാനം അയാളുടെ തലയ്ക്കു മുകളിലൂടെ പോയി. ആ വിമാനത്തിന്റെ നിഴൽ പറക്കും മീനുകളുടെ കൂട്ടത്തെ പരിഭ്രമിപ്പിച്ചു.

ഇവിടെ ഇത്രയധികം പറക്കും മീനുകൾ ഉള്ള സ്ഥിതിക്ക് തീർച്ചയായും ഡോൾഫിനുകളും ഉണ്ടാകും. വൃദ്ധൻ ചിന്തിച്ചു. ചൂണ്ടയിട്ട് അതിലൊന്നിനെ പിടിക്കാൻ സാധിച്ചേക്കും. അയാൾ അതിനുവേണ്ടി പരിശ്രമിച്ചു. ചരട് വലിഞ്ഞു മുറുകി നില്ക്കയാണ്. ചരട് പൊട്ടാൻ തുടങ്ങുന്നതിനുള്ള മുന്നോടിയായി വെള്ളത്തുള്ളികൾ അതിൽ തുളുമ്പി നിന്നു. വഞ്ചി സാവധാനം മുന്നോട്ടു നീങ്ങി. കണ്ണിൽനിന്ന് പൂർണ്ണമായും മറയുന്നതുവരെ അയാൾ ആ വിമാനത്തെ നോക്കി നിന്നു.

വിമാനത്തിൽ സഞ്ചരിക്കുന്നത് വളരെ അത്ഭുതകരമായ സംഭവമായിരിക്കും. അത്രയും ഉയരത്തിൽ സഞ്ചരിക്കുമ്പോൾ കടലിന്റെ കാഴ്ച എങ്ങനെയിരിക്കും. ഇരുന്നൂറാൾ പൊക്കത്തിൽ പറന്ന് താഴെ കടലിൽ നീന്തി തുടിക്കുന്ന മീനുകളെ കാണാൻ എനിക്ക് ആഗ്രഹമുണ്ട്. കടലാമവേട്ടയ്ക്കു പോകുമ്പോൾ പാമരത്തിനുമുകളിൽ വച്ചുകെട്ടിയ കമ്പുകളിൽ ഞാൻ കയറിയിരിക്കും. അത്രയും ഉയരത്തിൽ ഇരിക്കുമ്പോഴും എനിക്ക് നന്നായി കാണുവാൻ സാധിക്കുമായിരുന്നു. അവിടെ ഇരുന്ന് നോക്കുമ്പോൾ ഡോൾഫിന് പച്ച നിറമാണ്. ഡോൾഫിൻപറ്റം നീന്തുന്നതും അവയുടെ ശരീരത്തിന്റെ വശങ്ങളിലെ വരകളും ചുവപ്പ് കലർന്ന നീല നിറവും കാണാൻ കഴിയും. യഥാർത്ഥത്തിൽ ഡോൾഫിനുകൾക്ക് സ്വർണ്ണവർണ്ണമാണ്.

വിശന്ന് ക്ഷീണിച്ച് ആഹാരം തേടി അലയുമ്പോൾ അവന്റെ പാർശ്വങ്ങളിൽ മാർലിൻ മത്സ്യത്തിന്റേതുപോലെ കടുംചുവപ്പു വരകൾ കാണാറുണ്ട്. അത് അവന് മനസ്സിലുള്ള അമർഷത്തിന്റെയോ ദേഷ്യത്തിന്റെയോ പ്രതിഫലനമായിരിക്കും. ചിലപ്പോൾ അമിത വേഗതയുടെ പ്രത്യേകത ആവും.

നേരം ഇരുട്ടുന്നതിനു തൊട്ടുമുമ്പ് വഞ്ചി സർഗോ സാ പായലുകളുടെ ഒരു വലിയ ദ്വീപിനെ കടന്നുപോയി. പ്രശാന്തമായ കടലിൽ അവ തലയുയർത്തിപ്പിടിച്ച് ഉയർന്നുനിന്നു. ചില സമയത്ത് മുന്നോട്ടും പിന്നോട്ടും ആടി. കടലാകട്ടെ, ഈ മഞ്ഞ കമ്പളത്തിനടിയിൽ പ്രണയകേളികളിൽ ഏർപ്പെട്ടിരിക്കുന്നപോലെ തോന്നിപ്പിച്ചു. അയാളുടെ കൊച്ചു ചൂണ്ട ഒരു ഡോൾഫിന്റെ വായയിൽ കുരുങ്ങി. അത് വായുവിലേക്ക് കുതിച്ചുയർന്നപ്പോൾ അയാളത് വ്യക്തമായി കണ്ടു. അസ്തമയ സൂര്യന്റെ ശോഭയിൽ അത് ഉലയിൽ ഊതിക്കാച്ചിയ പൊന്നുപോലെ തിളങ്ങി. ഡോൾഫിൻ ചാടുകയും ശക്തമായി ചിറകടിക്കുകയും ചെയ്തു. അപകടം മനസ്സിലാക്കിയ അവൻ വീണ്ടും വീണ്ടും ഉയർന്നുചാടി. അയാൾ വീണ്ടും അമരത്തേക്ക് വന്നു. അതിനുശേഷം പതുങ്ങിനിന്ന് വലതുകൈയും കൈത്തണ്ടയും ഉപയോഗിച്ച് വലിയ ചൂണ്ടച്ചരട് പിടിച്ചു ഡോൾഫിനെ ഇടതു കൈകൊണ്ട് അകത്തേക്ക് വലിക്കാൻ തുടങ്ങി. അവൻ അമരത്തിന് സമീപം എത്തിയപ്പോൾ ശക്തിയോടെ കുതിച്ച്

വെള്ളത്തിലേക്ക് ചാടുകയും വാല് വീശി അടിക്കുകയും ചെയ്തു. വൃദ്ധൻ അമരത്തിനു മുകളിലൂടെ ചാഞ്ഞ് ആ സുവർണ്ണമത്സ്യത്തെ പൊക്കിയെടുത്തു. അതിന്റെ അണപ്പല്ലുകൾ ക്ഷോഭത്തോടെ അതിവേഗത്തിൽ ചൂണ്ടയ്ക്കെതിരെ പോരാടുകയാണ്. നീണ്ടുപരന്ന ശരീരവും തലയും വലിയ വാലും ഉപയോഗിച്ച് ശക്തിയിൽ വഞ്ചിയുടെ അടിഭാഗത്ത് ആഞ്ഞാഞ്ഞ് അടിച്ചു കൊണ്ടിരുന്നു. അതിനിടെ സ്വർണ്ണം പോലെ തിളങ്ങുന്ന അതിന്റെ തലയ്ക്കു മുകളിൽ വൃദ്ധൻ തന്റെ കൈയിലെ വടികൊണ്ട് ആഞ്ഞടിച്ചു. അവസാനം വിറച്ചുവിറച്ചുകൊണ്ട് അത് നിശ്ചലനായി.

വൃദ്ധൻ ഡോൾഫിനെ ചൂണ്ടയിൽനിന്ന് വേർപെടുത്തി. ചൂണ്ടയിൽ മറ്റൊരു മത്തിയെടുത്ത് കൊരുത്ത് വെള്ളത്തിലേക്ക് വീശി എറിഞ്ഞു. അതിനുശേഷം സാവധാനത്തിൽ അയാൾ അണിയത്തേക്ക് ചെന്ന് ജോലി ആരംഭിച്ചു. ഇടതുകൈ കഴുകിയ ശേഷം ഉടുപ്പിൽ തുടച്ച് വൃത്തിയാക്കി. തുടർന്ന് കനത്ത ചൂണ്ടച്ചരട് വലതുകൈയിൽനിന്നും ഇടതു കൈയിലേക്ക് മാറ്റിപ്പിടിച്ചു. തുടർന്ന് അയാൾ തന്റെ വലതുകൈ കടൽ വെള്ളത്തിൽ കഴുകി വൃത്തിയാക്കി. സൂര്യൻ കടലിലേക്ക് താഴാൻ തുടങ്ങിയിരുന്നു. വലിയ ചൂണ്ടച്ചരട് വെള്ളത്തിൽ സാവധാനത്തിൽ താഴ്ന്നു പോയി.

പങ്കായങ്ങൾ രണ്ടും അമരത്തിനുകുറുകെ ബന്ധിപ്പിച്ച് നിർത്തും. രാത്രിയിൽ അവന്റെ വേഗത കുറയ്ക്കാൻ അത് സഹായിക്കും. രാത്രിയിൽ അവൻ സാമർത്ഥ്യം കാണിക്കും. ഞാനും അതുപോലെ തന്നെയാണ്. അയാൾ ചിന്തിച്ചു

അല്പസമയത്തിനുശേഷം ഡോൾഫിന്റെ കുടൽമാലകൾ എടുത്തു മാറ്റി അതിനെ വൃത്തിയാക്കണം. മാംസത്തിൽനിന്നും രക്തം വാർന്നു പോകാതിരിക്കുവാൻ അങ്ങനെ ചെയ്യുന്നതായിരിക്കും നല്ലതെന്ന് അയാൾ വിചാരിച്ചു. അതേസമയം വഞ്ചിക്ക് ഒരു തള്ളു കിട്ടുന്നതിന് പങ്കായങ്ങൾ ബന്ധിച്ചുനിർത്തുകയുമാവാം. അസ്തമയവേളയിൽ മത്സ്യത്തെ ബുദ്ധിമുട്ടിക്കാൻ നില്ക്കാതെ ശാന്തനായി അലയാൻ വിടുന്നതായിരിക്കും നല്ലത്. അസ്തമയവേളകൾ മത്സ്യങ്ങളെ സംബന്ധിച്ചിടത്തോളം വിഷമം പിടിച്ച സമയമാണ്. അയാൾ തീരുമാനിച്ചു.

അയാൾ തന്റെ കൈകൾ കാറ്റിനെതിരെ പിടിച്ച് ഉണക്കാൻ ശ്രമിച്ചുകൊണ്ട് ചരടിൽ പിടിച്ചു. കഴിയാവുന്നിടത്തോളം അണിയത്തേക്ക് തള്ളി നിന്ന് ആയാസം കുറയ്ക്കുന്നതിനുവേണ്ടി ശ്രമിച്ചു. ഇപ്പോൾ മുന്നോട്ടു നീങ്ങുന്നതിന്റെ ആയാസം അയാളേക്കാൾ കൂടുതൽ വഞ്ചിക്കായിരുന്നു.

അത് എപ്രകാരമാണ് ചെയ്യേണ്ടതെന്ന് പഠിക്കുകയായിരുന്നു ഞാൻ. വൃദ്ധൻ ചിന്തിച്ചു. മത്സ്യം ഇര കൊത്തിയതിൽ പിന്നെ യാതൊന്നും

ഭക്ഷിച്ചിട്ടില്ലെന്ന കാര്യം അയാൾ ഓർത്തു. ഭീമാകാരനായ അവന് ധാരാളം ഭക്ഷണം ആവശ്യമാണ്. ആ ചെറിയ മീനിന്റെ കഷണങ്ങൾ മുഴുവനും ഞാൻ തിന്നുതീർത്തു. നാളെ ഡോൾഫിനെയും തിന്നും. "ഡൊറാഡോ" എന്നാണ് അയാൾ അതിനെ വിളിച്ചിരുന്നത്. ചിലപ്പോൾ ഞാൻ അതിനെ കഴുകി വൃത്തിയാക്കുമ്പോൾത്തന്നെ അതിന്റെ കുറച്ചുഭാഗം തിന്നു എന്നുവരാം. ചെറിയ മീനിനെ തിന്നുന്നതിനേക്കാൾ ബുദ്ധിമുട്ടാണ് ഡോൾഫിന്റെ മാംസം തിന്നുന്നത്. അങ്ങനെ നോക്കിയാൽ ഒന്നും എളുപ്പമാവില്ല.

"മത്സ്യമേ, നിനക്ക് സുഖം തന്നെയല്ലേ?" വൃദ്ധൻ ഉച്ചത്തിൽ ചോദിച്ചു.

"എനിക്കിപ്പോൾ സുഖമുണ്ട്. ഇടതുകൈ ഭേദമായി. എന്റെ കൈ വശമാണെങ്കിൽ ഒരു രാത്രിയിലേക്കും പകലേക്കും ആവശ്യമായ ഭക്ഷണമുണ്ട്. ശരി, മത്സ്യമേ, നീ തോണി വലിച്ചോളൂ."

സത്യത്തിൽ അയാൾക്ക് അപ്പോൾ നല്ല സുഖം തോന്നിയിരുന്നില്ല. പുറത്ത് ചരടുവലിയുന്ന വേദന ഇല്ലാതായിയില്ലാതായി അത് ഒരു തരം മരവിപ്പിൽ എത്തിയിരുന്നു. ഭയന്ന ഒരു അവസ്ഥയായിരുന്നു അയാൾക്കപ്പോൾ. എന്നാൽ ഇതിനേക്കാൾ മോശമായ അവസ്ഥയിലൂടെയും അയാൾ പല പ്രാവശ്യം കടന്നുപോയിട്ടുണ്ട്. കൈ കുറച്ചു മുറിഞ്ഞിട്ടുണ്ട്. കൈയിലെ വേദനയ്ക്ക് അല്പം കുറവുണ്ട്. കാലുകൾക്ക് കുഴപ്പമൊന്നും ഇല്ല. ഭക്ഷണത്തിന്റെ കാര്യത്തിലാണെങ്കിൽ അവനേക്കാൾ എത്രയോ ഭേദപ്പെട്ട അവസ്ഥയിലാണ് ഞാൻ.

സമയം സന്ധ്യയോടടുത്തു. സെപ്തംബറിൽ സൂര്യൻ വേഗം കടലിൽ താഴും. അയാൾ വഞ്ചിയുടെ അണിയത്തു കിടന്നിരുന്ന ദ്രവിച്ചു തുടങ്ങിയ പലകയിൽ കിടന്ന് വിശ്രമിച്ചു. രാത്രിയിലെ ആദ്യ നക്ഷത്രം ഉദിച്ചുയർന്നു. റിഗേലിന്റെ പേര് അയാൾക്ക് അറിയില്ലായിരുന്നു. എന്നാൽ അയാൾ അതിനെ കണ്ടു. ബാക്കി നക്ഷത്രങ്ങൾ കൂടി ഉടനെ പുറത്തു വരുമെന്ന കാര്യവും അയാൾക്ക് അറിയാമായിരുന്നു. അകലെയുള്ള എല്ലാ സുഹൃത്തുക്കളെയും എനിക്കിപ്പോൾ വേണം. അയാൾ വിചാരിച്ചു.

"ഈ മീനും എന്റെ ചങ്ങാതി തന്നെയാണ്." അയാൾ ഉച്ചത്തിൽ വിളിച്ചുപറഞ്ഞു. ഞാൻ ഇതിനുമുമ്പൊരിക്കലും ഇത്തരത്തിലൊരു മീനിനെ കണ്ടിട്ടില്ല. കേട്ടിട്ടുമില്ല. എന്നാലും ഞാൻ അവനെ കൊല്ലുക തന്നെ ചെയ്യും. നമുക്ക് നക്ഷത്രങ്ങളെ കൊല്ലേണ്ട ആവശ്യമില്ലല്ലോ... ആ കാര്യത്തിൽ സന്തോഷമുണ്ട്.

നമ്മൾ ഓരോ ദിവസവും ചന്ദ്രനെ കൊല്ലാൻ ശ്രമിക്കുന്നു എന്ന കാര്യം ഒന്നാലോചിച്ചുനോക്കൂ. അങ്ങനെയെങ്കിൽ ചന്ദ്രൻ തീർച്ചയായും ഓടി അകലും. എന്നാൽ ഒരു മനുഷ്യൻ ഓരോ ദിവസവും സൂര്യനെ

കൊല്ലാൻ ശ്രമിക്കുന്നു എങ്കിൽ? ജന്മനാൽത്തന്നെ നമ്മൾ ഭാഗ്യം ചെയ്തവരാണ്. വൃദ്ധൻ ചിന്തിച്ചു.

ആഹാരം കഴിക്കാൻ നിവൃത്തിയില്ലാത്ത ആ മീനിനോട് അയാൾക്ക് സഹതാപം തോന്നി. എന്നാൽ അവനെ കൊല്ലാനുള്ള തീരുമാനത്തിൽ നിന്നും അയാൾ ഒരടി പോലും പുറകോട്ടുപോയില്ല. എത്ര ആളുകളുടെ ഭക്ഷണമാകാൻ അവനു സാധിക്കും. അയാൾ ആലോചിച്ചു നോക്കി. എന്നാൽ അവനെ തിന്നാനുള്ള യോഗ്യതയുള്ളവരാണോ അവരെല്ലാം? അല്ല. തീർച്ചയായിട്ടും അല്ല. അവന്റെ അന്തസ്സുള്ള പെരുമാറ്റരീതിയെ കുറിച്ച് ഓർത്താൽ അവനെ തിന്നാനുള്ള യോഗ്യത ആർക്കുമില്ലെന്നു മനസ്സിലാകും.

ഇത്തരം കാര്യങ്ങളൊന്നും എനിക്കു മനസ്സിലാകുന്നില്ല. എന്നാൽ നമുക്ക് സൂര്യനെയോ ചന്ദ്രനെയോ നക്ഷത്രങ്ങളെയോ കൊല്ലേണ്ടതില്ലെന്ന കാര്യം നല്ലതാണ്. ഞങ്ങൾ കടലിനോടു മല്ലിട്ടു ജീവിക്കുന്ന മുക്കുവന്മാർ ഞങ്ങളുടെ യഥാർത്ഥ സഹോദരന്മാരായ മത്സ്യങ്ങളെ കൊല്ലുകയും തിന്നുകയും ചെയ്യുന്നതുതന്നെ ധാരാളം.

ചൂണ്ടച്ചരട് വലിച്ചുകയറ്റുന്നതിനെ കുറിച്ചാണ് ഇപ്പോൾ ഞാൻ ചിന്തിക്കേണ്ടത്. അതിന് അതിന്റേതായ ലാഭനഷ്ടങ്ങളും ഉണ്ട്. അവൻ ഇനിയും പരിശ്രമം തുടരാനാണ് ഭാവമെങ്കിൽ ഞാൻ ചരട് അയച്ചു വിട്ടുകൊണ്ടിരിക്കും. അവൻ പിടിവിട്ടു പോവുകയാണെങ്കിൽ ധാരാളം നൂൽ നഷ്ടമാവുകയും ചെയ്യും. തുഴകൾ കൊണ്ടുള്ള വലിയുടെ സമ്മർദ്ദത്തിന് മാറ്റമില്ല. വഞ്ചിയുടെ ഭാരക്കുറവ് ഞങ്ങൾ രണ്ടുപേരുടെയും യാതനകളും പ്രയാസങ്ങളും നീട്ടിക്കൊണ്ടുപോവുകയേ ഉള്ളൂ. വളരെ വേഗത ഉണ്ടെങ്കിലും അവൻ അത് ഇതുവരെ ഉപയോഗപ്പെടുത്തിയില്ല എന്നതാണ് എന്റെ ഏക രക്ഷ. കുടലും മറ്റും എടുത്തുമാറ്റി ഡോൾഫിനെ വൃത്തിയാക്കി വയ്ക്കണം. അല്ലെങ്കിൽ ഡോൾഫിന്റെ മാംസം അഴുകി പോകും. കുറച്ചെങ്കിലും തിന്നില്ലെങ്കിൽ ശക്തി സംഭരിക്കുവാൻ സാധിക്കുകയില്ല.

ഇനി കുറച്ചുസമയം, ഒരു മണിക്കൂറെങ്കിലും വിശ്രമിക്കാം. അവന്റെ ശക്തിയും ചാഞ്ചല്യമില്ലായ്മയും മനസ്സിലാക്കിയശേഷം മാത്രമേ അമരത്തേക്ക് തിരിച്ചുപോകാനാവൂ. അതിനിടയിൽ അവന്റെ പ്രവർത്തനങ്ങളും സ്വഭാവത്തിൽ വരുന്ന മാറ്റങ്ങളും എനിക്ക് മനസ്സിലാക്കുവാൻ സാധിക്കുകയും ചെയ്യും. തുഴകൾ ഒന്നിച്ച് ചേർത്തുകെട്ടിയത് നല്ലൊരു തന്ത്രമാണ്. ആത്മരക്ഷയ്ക്കു വേണ്ടി പ്രവർത്തിക്കാനുള്ള സമയം ആഗതമായിക്കഴിഞ്ഞു. ശരിക്കും വലിയൊരു മീനാണവൻ. ചൂണ്ടക്കൊളുത്ത് അവന്റെ വായുടെ ഒരു കോണിൽ കുത്തിയിരിക്കുന്നത് ഞാൻ കണ്ടതാണ്. അവൻ വായ ചേർത്ത് അടച്ചു പിടിച്ചിരിക്കുകയാണ്. കൊളുത്തിൽ കുരുങ്ങിയിരിക്കുന്നതുകൊണ്ട് അവന് എന്തെങ്കിലും പ്രശ്നമുള്ളതായി തോന്നുന്നില്ല. ഒന്നുകിൽ വിശപ്പുകൊണ്ടുള്ള

പ്രശ്നങ്ങളോ അല്ലെങ്കിൽ താൻ പോരാടുന്നത് എന്തിനെക്കുറിച്ചാണെന്ന് അറിയാത്തതോ ആയിരിക്കും അവനെ അലട്ടുന്ന പ്രശ്നങ്ങൾ. ഇപ്പോൾ നിങ്ങൾ വിശ്രമിക്കൂ മനുഷ്യാ... നിന്റെ അടുത്ത ഊഴം വന്നെത്തുന്നതു വരെ അവനെ അവന്റെ പാട്ടിനു വിട്ടേക്കൂ.

ഏകദേശം രണ്ടുമണിക്കൂർ നേരം അയാൾ വിശ്രമിച്ചു. രാത്രിയുടെ യാമങ്ങൾ കടന്നു പോയിക്കൊണ്ടിരുന്നു. ചന്ദ്രോദയം ഇനിയും നടന്നിട്ടില്ല. സമയമറിയുവാൻ യാതൊരു മാർഗ്ഗവും ഇല്ല. കുറച്ചുസമയം സ്വസ്ഥമായി ഇരുന്നു എന്നതല്ലാതെ അയാൾ വിശ്രമിക്കുകയൊന്നും ഉണ്ടായില്ല. തോളുകൾക്കുകുറുകെ മീനിന്റെ സമ്മർദ്ദം ഉണ്ടായിരുന്നു. അണിയത്തിന്റെ മുനമ്പിൽ അയാൾ തന്റെ ഇടതുകൈ ചേർത്തുവച്ചു. സമ്മർദ്ദം മുഴുവനും തോണിക്കു വിട്ടുകൊടുത്തു.

ചരട് തന്റെ നിയന്ത്രണത്തിൽ കൊണ്ടുവരാൻ സാധിച്ചിരുന്നെങ്കിൽ കാര്യങ്ങൾ എത്രമാത്രം എളുപ്പമാകുമായിരുന്നു എന്ന് അയാൾ വിചാരിച്ചു. എന്നാൽ നേരിയ ഒരു പിടച്ചിൽകൊണ്ടുതന്നെ അവനത് പൊട്ടിക്കാനാകും. ചരടിന്റെ വലി ശരീരംകൊണ്ടു താങ്ങിയേ പറ്റൂ. എങ്കിൽ ഞാനെന്റെ ശരീരം കൊണ്ട് ചൂണ്ടച്ചരടിന്റെ സമ്മർദ്ദത്തെ ലഘൂകരിക്കും.

“നിങ്ങൾ ഇനിയും ഉറങ്ങിയില്ലല്ലോ, വയസ്സാ” അയാൾ സ്വയം പറഞ്ഞു. നീ ഉറങ്ങിയിട്ട് ഇന്നേക്ക് ഒരു പകലിന്റെ പകുതിയും ഒരു രാത്രിയും ഇപ്പോൾ മറ്റൊരു പകലും കഴിഞ്ഞിരിക്കുന്നു. ഇപ്പോൾ മറ്റൊരു രാത്രി കൂടി വന്നെത്തിയിരിക്കുന്നു. അവൻ ശാന്തനായി ഗതിയിൽ മാറ്റം വരുത്താതെ നീങ്ങിക്കൊണ്ടിരിക്കയാണെങ്കിൽ ഉറങ്ങാനുള്ള മാർഗ്ഗം കണ്ടുപിടിക്കേണ്ടിയിരിക്കും. അല്പമെങ്കിലും ഉറങ്ങിയില്ലെങ്കിൽ തലയ്ക്ക് വെളിവുണ്ടാവുകയില്ല.

എന്റെ തലയ്ക്ക് വെളിവുണ്ടല്ലോ. അയാൾ ചിന്തിച്ചു. എന്റെ സഹോദരങ്ങളായ നക്ഷത്രങ്ങളേക്കാൾ തിളക്കമാർന്നതാണ് എന്റെ മനസ്സ്. എങ്കിലും കുറച്ച് ഉറങ്ങിയേ തീരൂ.... സൂര്യചന്ദ്രന്മാരും നക്ഷത്രങ്ങളും എന്തിന് സമുദ്രം പോലും ചില പ്രത്യേക ദിവസങ്ങളിൽ പ്രത്യേക സന്ദർഭങ്ങളിൽ ഉറങ്ങാറില്ലേ? ഒഴുക്ക് നിലച്ച് പ്രശാന്തസുന്ദരമായ അന്തരീക്ഷത്തിൽ!

ഉറങ്ങിയേ തീരൂ... അയാൾ ചിന്തിച്ചു. അതുതന്നെയാകും നല്ലത്. ചൂണ്ടച്ചരടുകളുടെ കാര്യത്തിൽ ലളിതവും എന്നാൽ ഫലപ്രദവുമായ എന്തെങ്കിലും മാർഗ്ഗം കണ്ടെത്തിയേക്കു ...ഇത് ഡോൾഫിനെ ശരിയാക്കി എടുക്കേണ്ട സമയമാണ്. ഉറങ്ങിപ്പോയാൽ വഞ്ചിയെ വലിച്ചുകൊണ്ടു പോകുന്നതിന് പങ്കായം ഒരുക്കി വയ്ക്കുന്നത് ഒട്ടുംതന്നെ ശരിയായ പ്രവൃത്തിയല്ല. അത് അപകടകരം ആണ്.

എനിക്ക് വേണമെങ്കിൽ ഉറങ്ങാതിരിക്കാനും സാധിക്കും. അയാൾ സ്വയം പറഞ്ഞു. അത് ഒരിക്കലും സുരക്ഷിതമായിരിക്കുകയും ഇല്ല.

അയാൾ അമരത്തേക്ക് തിരികെ എത്തി. മീനിന് അനക്കമൊന്നും അനുഭവപ്പെടാതിരിക്കുന്നതിനുവേണ്ടി വളരെയധികം ശ്രദ്ധയോടെ കൈയും കാലും കുത്തിക്കൊണ്ടാണ് അയാൾ തങ്ങിയത്. മീനിപ്പോൾ പാതി ഉറക്കത്തിലായിരിക്കും. എന്നാൽ ഞാനവനെ വിശ്രമിക്കുവാൻ അനുവദിക്കില്ല. ജീവൻ പോകുന്നവരെ അവൻ എന്നെയും വഞ്ചിയേയും വലിച്ചുതന്നെയിരിക്കണം.

അമരത്തേക്ക് തിരിച്ചെത്തി അയാളൊന്നു പിന്തിരിഞ്ഞു. തോളിലെ ചരടിന്റെ ആയാസം ഇടതുകൈയിലേക്ക് മാറ്റി. വലതുകൈകൊണ്ട് ഉറയിലെ കത്തിയൂരി. ആകാശത്തിൽ നക്ഷത്രങ്ങൾ പ്രകാശം ചൊരിഞ്ഞു നിന്നു. അയാൾക്കിപ്പോൾ ഡോൾഫിനെ വ്യക്തമായി കാണാം. കത്തിയുടെ കൂർത്ത അറ്റം അവന്റെ തലയിലേക്ക് ആഴ്ത്തി. അമരത്തിനിടയിൽ നിന്നും അവനെ പുറത്തേക്ക് വലിച്ചുനീക്കി. ഒരു കാലുകൊണ്ട് അവനെ ചവിട്ടിപ്പിടിച്ച ശേഷം അതിവേഗം വാലു മുതൽ വായയുടെ അറ്റം വരെ ചീന്തി. കത്തി നിലത്തുവച്ചശേഷം വലതുകൈ കൊണ്ട് കുടലും മറ്റും പുറത്തെടുത്തു. ചെകിളയും മറ്റും വലിച്ചുപറിച്ച് മാറ്റി. അതിന്റെ കുടലിന് നല്ല ഭാരം ഉണ്ടായിരുന്നു. വഴുവഴുപ്പും അനുഭവപ്പെട്ടു. അയാൾ അത് കീറി മുറിച്ചു. അതിനകത്ത് രണ്ടു പറക്കും മീനുകൾ ഉണ്ടായിരുന്നു. അവ പുതിയതും കടുപ്പം ഉള്ളവയും ആയിരുന്നു. മീനുകളെ അടുത്തടുത്തായി വച്ചിട്ട് കുടലും ചെകിളയും മറ്റും കടലിലേക്ക് എറിഞ്ഞു. തിളക്കത്തിന്റെ ഒരു നേർരേഖ അവശേഷിപ്പിച്ചിട്ട് അവ കടൽവെള്ളത്തിൽ മുങ്ങിത്താണു. ഡോൾഫിൻ തണുത്തുമരവിച്ചിരുന്നു. നക്ഷത്രങ്ങളുടെ പ്രകാശത്തിൽ ഒരു വിളർത്ത നിറമായിരുന്നു അതിന്. അയാൾ തന്റെ വലതുകാൽ അതിന്റെ തലയിൽ ഉറപ്പിച്ചുവച്ച് ഒരുഭാഗത്തെ തൊലി ഉരിച്ചെടുത്തു. അതിനെ മറിച്ചിട്ടശേഷം മറുഭാഗത്തേയും തൊലി ഉരിച്ചുകളഞ്ഞു. തല മുതൽ വാലുവരെ ഓരോ വശവും മുറിച്ച് കഷണങ്ങളാക്കി.

മീനിന്റെ അവശിഷ്ടങ്ങൾ എല്ലാം അയാൾ കടലിലേക്ക് എടുത്തെറിഞ്ഞു. ജലോപരിതലത്തിൽ ഏതെങ്കിലും ചുഴികൾ പ്രത്യക്ഷപ്പെട്ടിട്ടുണ്ടോ എന്ന് സൂക്ഷിച്ചുനോക്കി. എന്നാൽ മീനിന്റെ അവശിഷ്ടങ്ങൾ താഴ്ന്നു പോകുമ്പോൾ ഉപ്പുവെള്ളത്തിൽ ഉണ്ടാവുന്ന പ്രകാശം മാത്രമേ അയാളുടെ കണ്ണിൽ പെട്ടുള്ളൂ. അയാൾ തിരിഞ്ഞ് രണ്ടു പറക്കും മീനുകളെയും ഡോൾഫിന്റെ രണ്ടു കഷണങ്ങൾക്കുള്ളിൽ വച്ച് കത്തി ഉറയിൽ ഇട്ടു. മത്സ്യത്തെ എടുത്ത് സാവധാനത്തിൽ അണിയത്തേക്കു നീങ്ങി. അയാളുടെ മുതുക് അതിനുകുറുകെ കിടന്നിരുന്ന ചൂണ്ടച്ചരടിന്റെ ഭാരം കൊണ്ട് വളഞ്ഞുപോയിരുന്നു.

അണിയത്തേക്ക് തിരികെ ചെന്ന ശേഷം മീനിന്റെ എല്ലില്ലാത്ത രണ്ടു കഷണങ്ങൾ അയാൾ പലകമേൽ വച്ചു. അതിനടുത്തായി പറക്കുന്ന

മീനുകളെയും വച്ചു. അതിനുശേഷം ചരട് പുറത്ത് മറ്റൊരിടത്തേക്ക് മാറ്റി, പിന്നെയും ഇടതു കൈയിൽ പിടിച്ചു. അണിയത്തേക്ക് ചാഞ്ഞുകൊണ്ട് ഒരു വശത്തേക്ക് കുനിഞ്ഞ് പറക്കും മത്സ്യത്തെ കടൽജലത്തിൽ കഴുകി. കൈകൾ ഒഴുക്കിനെതിരെ പിടിച്ച് ഒഴുക്കിന്റെ വേഗത മനസ്സിലാക്കാൻ ശ്രമിച്ചു. മീനിന്റെ തൊലി ഉരിച്ചതിനാൽ കൈ തിളങ്ങിയിക്കുന്നു. ഒഴുക്കിന് ശക്തി കുറവായിരുന്നു. അയാൾ കൈ കോണിപ്പലകമേൽവച്ച് ഉരച്ചു. അപ്പോൾ ഫോസ്ഫറസിന്റെ അംശങ്ങൾ ഉതിർന്ന് വെള്ളത്തിൽ പൊന്തിക്കിടക്കുകയും അകലേക്ക് സാവകാശം ഒഴുകിപ്പോവുകയും ചെയ്തു.

"അവൻ ഒന്നുകിൽ തളർന്നുപോയിക്കാണും. അല്ലെങ്കിൽ വിശ്രമിക്കുകയാവും." അയാൾ പറഞ്ഞു. ഇനി ഞാൻ ഡോൾഫിനെ തിന്ന ശേഷം അല്പം വിശ്രമിക്കട്ടെ. കുറച്ചുസമയം ഉറങ്ങുകയും ആവാം..

നക്ഷത്രങ്ങൾ കാവൽ നില്ക്കുന്ന ആകാശത്തിനു താഴെ, രാത്രിയുടെ തണുപ്പിൽ ഇരുന്നുകൊണ്ട് അയാൾ ഡോൾഫിന്റെ കഷണങ്ങളിൽ ഒന്നിന്റെ പാതി തിന്നു. തല മുറിച്ചുകളഞ്ഞ് കുടലുകൾ കളഞ്ഞ് വൃത്തിയാക്കി വച്ച ഒരു പറക്കും മത്സ്യത്തേയും സാവധാനത്തിൽ തിന്നു.

"പാചകം ചെയ്ത് കഴിക്കുകയാണെങ്കിൽ ഏറ്റവും രുചികരമാണ് ഡോൾഫിൻ" അയാൾ പറഞ്ഞു.

"പച്ചയ്ക്ക് തിന്നുക എന്നത് ഏറെ ദുഷ്കരമാണ്. ചെറുനാരങ്ങയും ഉപ്പും ഇല്ലാതെ ഇനി ഒരിക്കലും ഞാൻ കടലിൽ പോവുകയില്ല."

ഞാൻ അല്പം ബുദ്ധി ഉപയോഗിച്ചിരുന്നു എങ്കിൽ അണിയത്തേക്ക് അല്പം വെള്ളം കോരി ഒഴിച്ചിടാമായിരുന്നു. അങ്ങനെ ചെയ്തിരുന്നെങ്കിൽ അതിപ്പോ ഉപ്പായി മാറിയേനെ.. അപ്പോൾ പിന്നെ അസ്തമിക്കുന്നതു വരെ ഡോൾഫിനെ പിടിക്കുവാൻ സാധിക്കുമായിരുന്നില്ല. എന്തായാലും തയ്യാറെടുപ്പിന്റെ കാര്യത്തിൽ എനിക്ക് ചെറിയ വീഴ്ച പറ്റി. നല്ലതുപോലെ ചവച്ചരച്ചിട്ടാണ് മീൻ കഷണങ്ങൾ തിന്നത്. മനം പുരട്ടലൊട്ട് അനുഭവപ്പെട്ടിരുന്നില്ല താനും.

ആകാശത്ത് വെള്ളിമേഘങ്ങൾ വന്നുനിറഞ്ഞുകൊണ്ടിരുന്നു. അയാൾക്കറിയാവുന്ന നക്ഷത്രങ്ങൾ ഒന്നിനുപുറകേ ഒന്നായി അപ്രത്യക്ഷമായി. മേഘങ്ങളുടെ വലിയൊരു ഗർത്തത്തിലേക്കാണ് താൻ നീങ്ങിക്കൊണ്ടിരിക്കുന്നതെന്ന് അയാൾക്കുതോന്നി. തണുത്ത കാറ്റ് വീശാൻ ആരംഭിച്ചു.

"മൂന്നോ നാലോ ദിവസം കഴിയുമ്പോഴേക്കും കാലാവസ്ഥ മോശമാകും." അയാൾ പറഞ്ഞു. എന്നാൽ ഇന്നുരാത്രിയോ നാളെയോ അതു സംഭവിക്കുവാൻ സാദ്ധ്യതയില്ല. മീൻ ശാന്തനും മര്യാദക്കാരനും ആയിരിക്കുന്ന വേളയിൽ കുറച്ചുസമയം ഉറങ്ങാൻ സാധിക്കുമോ എന്നു നോക്കൂ.

വലതുകൈ കൊണ്ട് ചൂണ്ടച്ചരടിൽ ബലമായി പിടിച്ച് തന്റെ ശരീര ഭാരം മുഴുവനും അണിയത്ത് ചെലുത്തി. തുട അവിടെ ചേർത്തുവച്ച് തള്ളി. തുടർന്ന് ചരട് തോളിൽ അല്പംകൂടി താഴ്ത്തി, ഇടതുകൈയിൽ ചുറ്റി.

അത് ചേർത്തു നിർത്തിയിരിക്കുന്ന അത്രയും വലതുകൈകൊണ്ട് പിടിക്കാവുന്നതേ ഉള്ളൂ. അയാൾ വിചാരിച്ചു. ഉറക്കത്തിൽ ചിലപ്പോൾ അയഞ്ഞുപോയേക്കാം. അങ്ങനെ സംഭവിക്കുകയാണെങ്കിൽ ചരട് പുറത്തേക്കു നീങ്ങുമ്പോൾ ഇടതുകൈ എന്നെ വിളിച്ചുണർത്തും. വലതുകൈയിന് അത് സാധിക്കുകയില്ല. എങ്കിലും കഷ്ടപ്പെടാൻ അവൻ പരിചയിച്ചുകഴിഞ്ഞു. ഇരുപതു മിനിറ്റോ അല്ലെങ്കിൽ അരമണിക്കൂറോ മാത്രമേ ഉറങ്ങാൻ സാധിച്ചു എന്നു വരികയുള്ളൂ. അങ്ങനെയാണെങ്കിൽ പോലും അത് നന്നായിരിക്കും. തന്റെ ശരീരഭാരം മുഴുവൻ വലത്തേ കൈയിൽ ചെലുത്തിയശേഷം അയാൾ ഉറക്കത്തിലേക്ക് വഴുതി വീണു.

അന്നത്തെ അയാളുടെ സ്വപ്നത്തിൽ സിംഹങ്ങൾ ഉണ്ടായിരുന്നില്ല. പകരം എട്ടുപത്തു മൈൽ ദൂരത്തോളം പരന്നു കിടക്കുന്ന വലിയ കടൽപ്പന്നിക്കൂട്ടമാണ് സ്വപ്നത്തിൽ പ്രത്യക്ഷപ്പെട്ടത്. അവ ഇണ ചേരുന്നുണ്ടായിരുന്നു. ചിലതെല്ലാം അന്തരീക്ഷത്തിലേക്ക് ഉയർന്നുപൊങ്ങി തിരിച്ച് വെള്ളത്തിലേക്കുതന്നെ വന്നു വീണു.

പിന്നീടയാളുടെ സ്വപ്നത്തിൽ തെളിഞ്ഞത് തന്റെ ഗ്രാമമായിരുന്നു. വീട്ടിലെ തന്റെ മെത്തയിൽ കിടക്കുന്നതായി അയാൾ സ്വപ്നം കണ്ടു. വടക്കൻ കാറ്റ് ശക്തിയായി വീശിയിരുന്നതുകൊണ്ട് അയാൾക്ക് വല്ലാത്ത തണുപ്പ് അനുഭവപ്പെട്ടു. തലയണയ്ക്കുപകരം വച്ചിരുന്ന വലതുകൈ തണുത്ത് മരവിച്ചു.

അയാൾ വിശാലമായ നീണ്ട കടലോരങ്ങളെക്കുറിച്ച് സ്വപ്നം കാണാൻ തുടങ്ങി. ഇരുട്ടു പരക്കാൻ തുടങ്ങിയപ്പോൾ ആദ്യത്തെ സിംഹം ഇറങ്ങിവന്നു. പിന്നാലെ ആ സംഘത്തിലെ മറ്റു സിംഹങ്ങളും. സായന്തനക്കാറ്റിന് അനുസരിച്ച് തോണി കരയിൽ ഓരം ചാരി നിർത്തിയിരിക്കുകയാണ്.

ആ വഞ്ചിയുടെ അണിയത്ത് പലകപ്പടിമേൽ താടി അമർത്തി അയാൾ വിശ്രമിച്ചു. ഇനിയും സിംഹങ്ങൾ വരാനുണ്ടാകുമോ എന്ന പ്രതീക്ഷയിൽ അയാൾ കാത്തുനിന്നു. അതീവസന്തുഷ്ടനായിരുന്നു അയാളപ്പോൾ.

തലയ്ക്കുമുകളിൽ ചന്ദ്രൻ ഉദിച്ചുയർന്നിട്ട് ഏറെ നേരമായി. അപ്പോഴും അയാൾ ഉറങ്ങുകയായിരുന്നു. മത്സ്യമാകട്ടെ, ദിശയിൽ അല്പം പോലും വ്യത്യാസം വരുത്താതെ വഞ്ചിയും വലിച്ചുകൊണ്ട് നീങ്ങിക്കൊണ്ടിരുന്നു. മേഘശൈലങ്ങളുടെ തുരങ്കത്തിൽക്കൂടി അത് മുന്നോട്ട് നീങ്ങിക്കൊണ്ടിരുന്നു.

പെട്ടെന്ന് വലതുകൈപ്പത്തി ഇളകി മുഖത്തിനു നേരെ പതിച്ചപ്പോൾ അയാൾ ഉറക്കം വിട്ടുണർന്നു. വലതുകൈയിലൂടെ ചൂണ്ടച്ചരട് ഊർന്നു പൊയ്ക്കൊണ്ടിരുന്നു. ഇടതുകൈയിൽ ഒരു സ്പർശവും അയാൾക്ക് അനുഭവപ്പെട്ടില്ല. തനിക്കാവുംപോലെ വലതുകൈകൊണ്ടുതന്നെ അയാൾ ചരടുകൾ നിയന്ത്രിച്ചു. ചൂണ്ടച്ചരട് അയഞ്ഞുപൊയ്ക്കൊണ്ടിരുന്നു. പിന്നീടയാൾ ഇടതുകൈ കൊണ്ടും ബലമായി പിടിച്ച് ചരടിനെതിരെ പിന്നാക്കം നിന്ന് വലിച്ചു. ചരട് അയാളുടെ പുറത്തും ഇടതുകൈയിലും വലിഞ്ഞു മുറുകി വേദനിച്ചു. ആ സമയത്ത് സമ്മർദ്ദം മുഴുവനും ഇടതുകൈയിൽ ആയിരുന്നു. ഇടതുകൈക്ക് ആഴത്തിലുള്ള മുറിവേറ്റിട്ടുണ്ടായിരുന്നു. അയാൾ ചൂണ്ടച്ചരടുകളുടെ ചുറ്റുകളിലേക്ക് നോക്കി. അത് സാവധാനത്തിൽ അയഞ്ഞുകൊണ്ടിരിക്കുകയാണ്. പെട്ടെന്ന് കടലിൽ വലിയ ഒരു സ്ഫോടനം സൃഷ്ടിച്ചുകൊണ്ട് മത്സ്യം മുകളിലേക്ക് കുതിച്ചുചാടി. അതേ കരുത്തിൽ താഴേക്കും പതിച്ചു. മത്സ്യം വീണ്ടും വീണ്ടും കുതിച്ചുചാടിക്കൊണ്ടിരുന്നു. വഞ്ചി അതിവേഗത്തിൽ മുന്നോട്ട് നീങ്ങിക്കൊണ്ടിരുന്നു. ചരട് അയഞ്ഞയഞ്ഞ് പൊയ്ക്കൊണ്ടിരിക്കയാണ്. പൊട്ടിപ്പോകാത്തവിധത്തിൽ അയാൾ അതിനെ പിടിച്ചു നിർത്തി. ആ ശ്രമത്തിനിടെ അയാൾ അണിയത്തേക്ക് തള്ളി നീക്കപ്പെട്ടു. മുറിച്ചിട്ടിരുന്ന ഡോൾഫിൻ കഷണങ്ങളിലേക്ക് അയാൾ മുഖമടച്ചു വീണു. അല്പനേരത്തേക്ക് അയാൾക്ക് അനങ്ങാൻപോലും സാധിച്ചില്ല. അയാൾ ആ കിടപ്പ് കിടന്നു.

ഞാൻ കാത്തിരുന്ന നിമിഷം ഇതായിരുന്നു. അയാൾ വിചാരിച്ചു. ഇനി വേണ്ടതുപോലെ ചെയ്യണം.

അയച്ചുവിട്ട ചൂണ്ടച്ചരടിന്റെ പ്രതിവിധി അവൻ തന്നെ ചെയ്തേ തീരൂ. അവനെ കൊണ്ട് അതിനുള്ള പ്രതിവിധി ചെയ്യിപ്പിക്കണം.

മത്സ്യത്തിന്റെ ചാട്ടം അയാൾക്ക് കൃത്യമായി കാണാൻ സാധിച്ചില്ല. സമുദ്രത്തെ ഭേദിച്ചുകൊണ്ട് ഉയരുമ്പോൾ ഉണ്ടാകുന്ന ശബ്ദവും തിരിച്ചു പതിക്കുമ്പോഴുള്ള ഗംഭീര ഒച്ചയും മാത്രമേ അയാളുടെ കാതിൽ പതിഞ്ഞുള്ളൂ. ചരട് വേഗത്തിൽ ഊർന്നിറങ്ങുമ്പോൾ ഉണ്ടാക്കുന്ന വേദന അയാളെ സംബന്ധിച്ചിടത്തോളം അസഹ്യമായിരുന്നു. അങ്ങനെ സംഭവിക്കുവാൻ സാദ്ധ്യതയുണ്ടെന്ന് നേരത്തെ അറിയാമായിരുന്നതുകൊണ്ട് നേരത്തെ വലിച്ചിൽ കൊണ്ടു മരവിച്ചുപോയ ഭാഗങ്ങളിൽ മാത്രം ചരട് ഒതുക്കി നിർത്താനും ഉള്ളംകൈയിലേക്കു വഴുതിപ്പോകുകയോ, വിരലുകൾക്ക് മുറിവേല്പിക്കുകയോ ചെയ്യാതിരിക്കാനും ശ്രദ്ധിക്കാൻ സാധിച്ചു.

ആ ബാലൻ ഇപ്പോൾ എന്നോടൊപ്പം ഉണ്ടായിരുന്നെങ്കിൽ അവൻ ചരടിന്റെ വളയങ്ങൾ നനച്ചുതരുമായിരുന്നു. അയാൾ വിചാരിച്ചു. അതെ...

അവൻ ഇവിടെ എന്നോടൊപ്പം ഉണ്ടായിരുന്നെങ്കിൽ... അവൻ ഇവിടെ ഉണ്ടായിരുന്നെങ്കിൽ...

ചൂണ്ടച്ചരട് അയഞ്ഞയഞ്ഞ് അകലേക്കകലേക്ക് ....കൂടുതൽ കൂടുതൽ അകലേക്ക്.... പൊയ്ക്കൊണ്ടിരുന്നു. എന്നാലിപ്പേൾ അതിന്റെ വേഗത അല്പാല്പമായി കുറഞ്ഞുവരുന്നുണ്ട്. പലകയിൽ മുഖത്ത് അമർന്നുകിടന്ന മീൻകഷണത്തിൽനിന്നും അയാൾ തലയുയർത്തി. മുട്ടുകുത്തി സാവധാനത്തിൽ എഴുന്നേറ്റു. അപ്പോഴും അയാൾ ചരട് അയച്ചുകൊടുത്തുകൊണ്ടിരുന്നു. ഇപ്പോഴത് വളരെ സാവധാനത്തിലായിരുന്നു എന്നുമാത്രം. ചരട് ഇഴഞ്ഞുപോകുന്നത് കാണാൻ സാധിക്കുകയില്ലെങ്കിലും പാദം കൊണ്ട് തൊട്ടറിഞ്ഞുകൊണ്ട് ജോലി തുടർന്നു. ചരട് ഇനിയും വേണ്ടുവോളമുണ്ട്. മത്സ്യത്തിന് ഇപ്പോൾ ആ പുതിയ ചരടിന്റെ ഭാരം മുഴുവനും അനുഭവിക്കേണ്ടിയിരുന്നു.

അവനിപ്പോൾ ഏകദേശം പത്തുപന്ത്രണ്ടു പ്രാവശ്യം ചാടിക്കഴിഞ്ഞിരുന്നു. അവന്റെ മുതുകിലെ കോശങ്ങളിലെല്ലാം വായു നിറഞ്ഞിരിക്കും. അതുകൊണ്ട് തനിക്കു പിടിച്ചു കൊണ്ടുവരാൻ പറ്റാത്തവിധം ആഴത്തിൽ ആണ്ടുപോയി ജീവൻ വെടിയുവാൻ അവന് സാധിക്കുകയില്ല. അവന്റെ അടുത്ത പരിപാടി വട്ടം ചുറ്റുക എന്നതാണ്. അപ്പോൾ എന്താണ് ചെയ്യേണ്ടതെന്ന് എനിക്ക് നന്നായി അറിയാം. അവൻ ഇത്ര പെട്ടെന്ന് കുതിച്ചുചാടാനുള്ള കാരണം എന്തായിരിക്കും? വിശപ്പായിരിക്കുമോ അവനെ ഇത്ര പെട്ടെന്ന് പ്രകോപിതനാക്കിയിരിക്കുക? അല്ലെങ്കിൽ രാത്രിയുടെ ഇരുട്ടിൽ അവനെന്തെങ്കിലും കണ്ട് പേടിച്ചിരിക്കുമോ? പെട്ടെന്ന് പേടി തോന്നിയതുതന്നെ ആയിരിക്കും കാരണം. എങ്കിലും ശാന്തസ്വരൂപിയും ശക്തിമാനും ആണ് അവൻ. ഇപ്പോഴും നിർഭയനും ആത്മവിശ്വാസമുള്ളവനുമായിട്ടാണ് അവൻ കാണപ്പെടുന്നത്. അങ്ങനെയിരിക്കേ, ഇത് തികച്ചും അസാധാരണമായ ഒരു സംഭവം തന്നെയാണ്.

“വയസ്സാ, നീ സ്വയം നിർഭയനും ആത്മവിശ്വാസമുള്ളവനുമായിരിക്കും.” അയാൾ തന്നോടുതന്നെ പറഞ്ഞു. “നീ അവനെ വീണ്ടും പിടികൂടിയിരിക്കുകയാണ്. എന്നാൽ നിനക്ക് ചൂണ്ടച്ചരട് വീണ്ടെടുക്കുവാൻ കഴിയുന്നില്ലെന്ന് മാത്രം. എന്നാൽ ഉടനെ തന്നെ അവൻ ചുറ്റിക്കറങ്ങാൻ ആരംഭിക്കും.”

അയാൾ ചരട് വലിച്ചുപിടിച്ചശേഷം കുനിഞ്ഞ് വലതുകൈ കൊണ്ട് വെള്ളം കോരിയെടുത്ത്, മുഖത്ത് പറ്റിപ്പിടിച്ച ഡോൾഫിന്റെ മാംസാവശിഷ്ടങ്ങൾ കഴുകി വൃത്തിയാക്കി. അത് മനംപുരട്ടലുണ്ടാക്കുമെന്നും ഛർദ്ദി വരുത്തുമെന്നും അങ്ങനെ തന്റെ ശക്തി ചോർന്നു പോകുമെന്നും അയാൾ ഭയപ്പെട്ടു. മുഖം കഴുകിയ ശേഷം അയാൾ തോണിയുടെ അരികിലേക്ക് നീങ്ങിയിരുന്ന് കൈ സമുദ്രജലത്തിൽ മുക്കിപ്പിടിച്ച് സൂര്യോദയത്തിനു മുമ്പുള്ള പ്രകാശകിരണങ്ങൾ പരക്കുന്നത് നോക്കിക്കൊ

ണ്ടിരുന്നു. ഏറെക്കുറെ കിഴക്കുദിക്കിനെ ലക്ഷ്യം വച്ചുകൊണ്ടാണ് അവൻ നീങ്ങിക്കൊണ്ടിരിക്കുന്നതെന്ന് അയാൾ ചിന്തിച്ചു. അതിന്റെ അർത്ഥം അവന്റെ ശക്തിയെല്ലാം ചോർന്നു പോയിരിക്കുന്നു എന്നും ഒഴുക്കിനനുസരിച്ചാണ് നീന്തുന്നതെന്നുമാണ്. ഇനി ഉടൻതന്നെ അവന് വട്ടം കറങ്ങേണ്ടി വരും. അപ്പോഴാണ് എന്റെ ശരിയായ ജോലി ആരംഭിക്കാൻ പോകുന്നത്.

വലതുകൈ വേണ്ടത്ര സമയം വെള്ളത്തിൽ താഴ്ത്തിവച്ചു കഴിഞ്ഞെന്ന് ബോദ്ധ്യമായപ്പോൾ കൈ പിൻവലിച്ച ശേഷം അതിന്റെ നേരെ നോക്കി.

“കുഴപ്പമൊന്നുമില്ല.” അയാൾ പറഞ്ഞു. മനുഷ്യനെ സംബന്ധിച്ചിടത്തോളം വേദന അവനൊരു പ്രശ്നമില്ല.

പുതുതായി ഉണ്ടായ മുറിവുകളിൽ തട്ടാത്തവിധം അയാൾ ശ്രദ്ധാപൂർവ്വം ചരടിൽ പിടിച്ചു. ശരീരത്തിന്റെ ഭാരം മറുവശത്തേക്ക് ചായ്ച്ചു. അങ്ങനെ തോണിയുടെ മറുവശത്തുകൂടി ഇടതുകൈ കടൽവെള്ളത്തിൽ താഴ്ത്തിയിടാൻ സാധിച്ചു,

“നീ എന്താ ഇങ്ങനെ മോശമായി പ്രവർത്തിക്കുന്നത്?” അയാൾ തന്റെ ഇടതുകൈയിനോട് ചോദിച്ചു. “നിന്നെക്കൊണ്ട് ഉപകരിക്കാത്ത സമയവും ഉണ്ടായിരുന്നു എന്ന കാര്യം മറക്കേണ്ട.”

താൻ എന്തുകൊണ്ടാണ് നല്ല രണ്ടു കൈകളോടെ ജനിക്കാതിരുന്നതെന്ന് അയാൾ ചിന്തിച്ചു. അതിൽ ഒന്നിനെ ശരിയായ വിധത്തിൽ പരിശീലിപ്പിച്ചെടുക്കാതിരുന്നത് എന്തായാലും തന്റെ തെറ്റുതന്നെയാണ്. എന്നാൽ ദൈവത്തിന് മനസ്സിലാകും കൈയിന് വേണ്ടത്ര അവസരങ്ങൾ ഉണ്ടായിരുന്നു എന്ന്. രാത്രിയിൽ ഒരു പ്രാവശ്യം മരവിച്ചുപോയി. ഇനിയും മരവിക്കുകയാണെങ്കിൽ ചരട് അവനെ മുറിച്ചുകളഞ്ഞുകൊള്ളട്ടെ.

ചിന്തകൾ ഒന്നിനു പുറകെ ഒന്നായി തിക്കി തിരക്കി വരാൻ തുടങ്ങിയപ്പോൾ തനിക്കു ഭ്രാന്തുപിടിക്കുകയാണോ എന്ന് അയാൾക്ക് തോന്നി.

ഡോൾഫിന്റെ കുറച്ചുഭാഗങ്ങൾകൂടി തിന്നാലോ എന്നയാൾ ചിന്തിച്ചു. എന്നാൽ തനിക്കതിനാവില്ലെന്ന് അയാൾക്ക് മനസ്സിലായി. ഒരു മനംപിരട്ടലിലൂടെ സകല ശക്തിയും ചോർത്തി കളയുന്നതിനേക്കാൾ നല്ലത് ഇപ്പോഴുള്ള അസ്വസ്ഥതകൾ അനുഭവിക്കുന്നതുതന്നെയാണ്. മുഖമടച്ച് മാംസത്തിൽ വീണതുകൊണ്ട് തിന്നുമ്പോൾ അത് തീർച്ചയായിട്ടും മനംപുരട്ടൽ ഉണ്ടാക്കും. ചീത്തയായി പോകുന്നതുവരെ അത് സൂക്ഷിച്ചുവയ്ക്കാം. ഭക്ഷണം കഴിച്ച് ശക്തി സംഭരിക്കണം എന്ന കാര്യം നീ വളരെ മുമ്പുതന്നെ ഓർക്കേണ്ടതായിരുന്നു. ഇപ്പോൾ വൈകിപ്പോയിരിക്കുന്നു. അല്ലെങ്കിലും നീ ഒരു വിഡ്ഢി തന്നെ. അയാൾ സ്വയം പറഞ്ഞു. നിനക്ക് ആ പറക്കും മത്സ്യത്തെ തിന്നാമായിരുന്നല്ലോ.

തിന്നാൻ പാകത്തിന് വൃത്തിയാക്കിയ നിലയിൽ അത് അയാളുടെ കാല്ക്കീഴിൽ കിടന്നിരുന്നു. ഇടതു കൈ നീട്ടി അയാളതെടുത്തു. എല്ലുകൾ അതീവശ്രദ്ധയോടെ ചവച്ചരച്ച ശേഷം വാലറ്റം വരെ മുഴുവനായും തിന്നു തീർത്തു.

മറ്റേതൊരു മത്സ്യത്തേക്കാളും കൂടുതൽ പോഷക ഗുണങ്ങൾ ഉള്ളതാണ് പറക്കും മീനുകൾ. കുറഞ്ഞപക്ഷം തനിക്ക് ആവശ്യമുള്ള ഊർജ്ജം ഇതിൽനിന്നും ലഭിക്കും. ഈ അവസ്ഥയിൽ എനിക്ക് ചെയ്യാനാവുന്നത് ഞാൻ ചെയ്തിരിക്കുന്നു. അയാൾ വിചാരിച്ചു. അവനേതായാലും ചുറ്റിക്കറങ്ങാൻ തുടങ്ങട്ടെ. അവന്റെ പോരാട്ടം ആരംഭിക്കട്ടെ.

സൂര്യൻ ഉദിച്ചുയരുന്ന വേളയിൽ മീൻ വട്ടം കറങ്ങാൻ തുടങ്ങി. അയാൾ കടലിൽ എത്തിയശേഷമുള്ള മൂന്നാമത്തെ സൂര്യോദയം ആയിരുന്നു അത്.

ചൂണ്ടച്ചരടിന്റെ ചരിവുകാരണം മത്സ്യം വട്ടമിട്ടു കറങ്ങുന്നത് കാണാൻ സാധിച്ചില്ല. അയാൾ കണക്കാക്കിയിരുന്നതിനും വളരെ നേരത്തെ ആയിരുന്നു അത്. ചൂണ്ടച്ചരടിന്റെ ചരിവിൽ ചെറിയ ഒരു അനക്കം അയാൾക്ക് അനുഭവപ്പെട്ടു. തന്റെ വലതുകൈ കൊണ്ട് അയാൾ സാവധാനത്തിൽ ചരട് വലിക്കാൻ തുടങ്ങി. സാധാരണ സംഭവിക്കാറുള്ളതുപോലെ അത് വലിഞ്ഞുമുറുകാൻ തുടങ്ങി. ചരട് പൊട്ടിപ്പോകും എന്ന ഘട്ടമെത്തിയപ്പോൾ അകത്തേക്ക് വലിയാൻ തുടങ്ങി. തലയും തോളും അയാൾ ചൂണ്ടച്ചരടിനിടയിലൂടെ തെന്നിച്ചു. സാവധാനത്തിൽ ചൂണ്ടച്ചരട് നേരെ അകത്തേക്ക് വലിക്കാൻ ആരംഭിച്ചു. ഊഞ്ഞാലാടുന്ന രീതിയിൽ അയാൾ തന്റെ രണ്ടു കൈകളും ഉപയോഗിച്ചു. തുടർന്ന് തന്റെ കാലുകളും ശരീരവും ഉപയോഗിച്ച് ആഞ്ഞുവലിക്കുവാൻ ശ്രമം നടത്തി. തിരിക്കുറ്റി പോലെ.

“വലിയൊരു വൃത്തം പോലെയാണ് അവൻ ചുറ്റിക്കറങ്ങിക്കൊണ്ടിരിക്കുന്നത്.” അയാൾ പറഞ്ഞു. “എന്നാലും അവൻ കറങ്ങിക്കൊണ്ടേയിരിക്കുന്നു.”

പിന്നീട് ചരട് അകത്തേക്ക് വരാതെയായി. സൂര്യപ്രകാശത്തിൽ ജലബിന്ദുക്കൾ അതിൽനിന്ന് ഇറ്റുവീഴുന്നതു കാണുന്നതുവരെ അയാൾ അത് പിടിച്ചു നിന്നു. ചരട് താഴ്ന്നുപോകാൻ തുടങ്ങിയപ്പോൾ അയാൾ മുട്ടുകുത്തി വീണുപോയി. ചരടിനെ ഇരുണ്ട ജലത്തിലേക്കു പോകാൻ അനുവദിക്കുകയല്ലാതെ മറ്റു മാർഗ്ഗങ്ങളില്ലായിരുന്നു. അല്പം കോപത്തോടെ ആണെങ്കിലും അയാൾ അതു ചെയ്തു.

അവനിപ്പോൾ കറങ്ങുന്ന വൃത്തത്തിന്റെ വലുപ്പം കൂട്ടിക്കൊണ്ടിരിക്കുകയാണ്. എനിക്ക് കഴിയാവുന്നിടത്തോളം ചരട് പിടിച്ചെടുക്കുക തന്നെ. അയാൾ ചിന്തിച്ചു. അങ്ങനെ ചെയ്യുമ്പോൾ ഓരോ പ്രാവശ്യവു

മുള്ള കറക്കത്തിന്റെ പരിധി കുറയും. മിക്കവാറും ഒരു മണിക്കൂറിനകം എനിക്ക് അവനെ കാണാനാകും. ആ സമയത്ത് ഞാനവന് എന്റെ കഴിവ് കാണിച്ചു കൊടുക്കും. അതിനു ശേഷം ഞാനവനെ കൊല്ലുകയും ചെയ്യും.

മത്സ്യം സാവധാനത്തിൽ ചുറ്റിക്കറങ്ങിക്കൊണ്ടിരുന്നു. ഏകദേശം രണ്ടുമണിക്കൂർ കഴിഞ്ഞപ്പോൾ അയാൾ ക്ഷീണിച്ച് വിയർത്ത് കുളിച്ചു. തളർച്ച അയാളുടെ അസ്ഥികളെവരെ ബാധിച്ചു. മത്സ്യത്തിന്റെ കറക്കത്തിന്റെ വലയം ചെറുതായി ചെറുതായി വന്നു. നീന്തിക്കൊണ്ടിരിക്കുന്ന മത്സ്യം ഉയർന്നു വരികയാണെന്ന് ചരടിന്റെ ചരിവിൽനിന്നും അയാൾക്ക് പറയാൻ കഴിയും.

ഒരു മണിക്കൂർ സമയത്തേക്ക് അയാൾ തന്റെ കണ്ണുകൾക്കുമുന്നിൽ കറുത്ത പൊട്ടുകൾ കണ്ടുകൊണ്ടിരുന്നു. വിയർപ്പുതുള്ളികൾ അയാളുടെ കണ്ണുകളിലും കണ്ണിനുതാഴെയുള്ള മുറിവിലും നെറ്റിയിലും ഉപ്പുരസം ചൊരിഞ്ഞു. കറുത്ത പൊട്ടുകളെ അയാൾ അല്പംപോലും ഭയപ്പെട്ടില്ല. ചരടിൽ ചെലുത്തുന്ന സമ്മർദ്ദംവച്ചുനോക്കുമ്പോൾ അതെല്ലാം സ്വാഭാവികമായിരുന്നു. രണ്ടു പ്രാവശ്യം തലകറക്കവും ബോധക്കേടും അനുഭവപ്പെട്ടതാണ് അയാളെ അസ്വസ്ഥനാക്കിയത്.

“ഇത്തരത്തിൽ ഒരു മത്സ്യത്തോട് പരാജയപ്പെടാൻ എനിക്ക് സാധിക്കുകയില്ല. അവനോടെതിരിട്ട് ചാവാനും കഴിയില്ല. ഇപ്പോഴവൻ വളരെ സുന്ദരമായി എന്റെ കൈയിൽ വന്നു പെട്ടിരിക്കുകയാണ്. അവനോടെതിർത്തു നില്ക്കുവാൻ ദൈവം എന്നെ സഹായിക്കട്ടെ. ഞാൻ ആയിരം വട്ടം പ്രാർത്ഥനാ ഗീതങ്ങൾ ഉരുവിട്ടുകൊള്ളാം എന്നാൽ എനിക്കിപ്പോഴത് ഉരുവിടാൻ ആവുന്നില്ല.”

ഞാനത് ഉരുവിട്ടതായി ദൈവം കണക്കാക്കട്ടെ. എന്തായാലും ഞാനത് പിന്നീട് ചൊല്ലി തീർത്തു കൊള്ളാം. അയാൾ വിചാരിച്ചു. രണ്ടു കൈകൊണ്ടും പിടിച്ചിരുന്ന ചൂണ്ടച്ചരടിൽ പെട്ടെന്ന് അതിശക്തമായ പ്രഹരവും ഇളക്കവും അയാൾക്ക് അനുഭവപ്പെട്ടു. അതിശക്തവും കനത്തതുമായ പ്രഹരം.

മത്സ്യം തന്റെ കൂർത്ത മുഖംകൊണ്ട് ചരടിനോടു ചേർന്നുള്ള ലോഹവളയത്തിന്മേൽ ആഞ്ഞടിക്കുകയാണ്. അയാൾക്കത് മനസ്സിലാക്കുവാൻ സാധിച്ചു.

അവനത് ചെയ്യേണ്ടതുതന്നെ ആയിരുന്നു. അതവനെ ചാടാൻ പ്രേരിപ്പിച്ചേക്കാമെങ്കിലും അവനിപ്പോഴും വട്ടം കറങ്ങിക്കൊണ്ടിരിക്കുന്നതു തന്നെയായിരുന്നു അയാൾക്ക് ഇഷ്ടം. ശ്വാസം കിട്ടുന്നതിന് അവന് ചാടേണ്ടത് അത്യാവശ്യമായിരുന്നു. എന്നാൽ ഓരോ ചാട്ടത്തിലും ചൂണ്ടക്കൊളുത്ത് തറച്ച മുറിവ് വലുതാകും. അങ്ങനെ അവനത് ഇളക്കികളഞ്ഞ് രക്ഷപ്പെടാനും സാധിക്കും.

"മത്സ്യമേ ചാടരുത്." അയാൾ ഉച്ചത്തിൽ പറഞ്ഞു. "ചാടരുത്."

ലോഹക്കൊളുത്തിൽ മത്സ്യം അനേകം പ്രാവശ്യം ആഞ്ഞടിച്ചു അവൻ തലയിളക്കിയ ഓരോ പ്രാവശ്യവും അയാൾ കുറേശ്ശെ ചരട് അയച്ചു വിട്ടുകൊടുത്തുകൊണ്ടിരുന്നു.

അവന്റെ വേദന ഞാൻ അംഗീകരിച്ചു കൊടുത്തേ പറ്റൂ... അയാൾ ചിന്തിച്ചു. ഞാനനുഭവിക്കുന്ന വേദന സാരമില്ല. അതെനിക്ക് സഹിക്കാനാകും. എന്നാൽ അത് അവനെ തീർച്ചയായിട്ടും ഭ്രാന്തു പിടിപ്പിക്കും.

കുറച്ചുനേരം കഴിഞ്ഞപ്പോൾ മത്സ്യം പലവട്ടം ലോഹക്കൊളുത്തിൽ ആഞ്ഞടിക്കുന്നത് അവസാനിപ്പിച്ചു. വീണ്ടും സാവധാനത്തിൽ ചുറ്റിക്കറങ്ങുവാൻ തുടങ്ങി. അയാൾ ചരട് കൃത്യമായ രീതിയിൽ വലിച്ചെടുത്തുകൊണ്ടിരുന്നു. പെട്ടെന്ന് അയാൾക്ക് വലിയ പാരവശ്യവും ബോധക്കേടും അനുഭവപ്പെട്ടു. ഇടതുകൈകൊണ്ട് കടൽവെള്ളം കോരിയെടുത്ത് തലയിൽ ഒഴിച്ചു. പിന്നീട് കുറെക്കൂടി വെള്ളമെടുത്ത് തലയിൽ ഒഴിക്കുകയും പുറംകഴുത്തിൽ തടവുകയും ചെയ്തു.

"എനിക്ക് ലേശം പോലും മരവിപ്പ് തോന്നുന്നില്ല." അയാൾ സ്വയം പറഞ്ഞു. "ഇനി അവൻ ഉടനെ മുകളിലേക്ക് ഉയർന്നുവരും. അപ്പോൾ എനിക്ക് പിടിച്ചു നില്ക്കാനും സാധിക്കും. എന്തായാലും പിടിച്ചു നില്ക്കേണ്ടിയിരിക്കുന്നു. അതിനെ കുറിച്ചൊന്നും ഇപ്പോൾ ചിന്തിക്കേണ്ട കാര്യമില്ല."

അയാൾ അണിയത്തിന് അഭിമുഖമായി മുട്ടുകുത്തി നിന്നു. ഒരു നിമിഷനേരത്തേക്ക് പുറത്തുനിന്ന് ചൂണ്ടനൂൽ തെന്നി മാറി. അവൻ അകത്തേക്ക് പോകുന്ന ഈ അവസരത്തിൽ ഞാൻ വിശ്രമിക്കും. ചുറ്റിക്കറങ്ങി അവൻ തിരിച്ച് സമീപത്തേക്ക് വരുമ്പോൾ ഞാൻ എഴുന്നേല്ക്കും. തുടർന്ന് അവന്റെ മേൽ ഞാൻ പണി തുടങ്ങും. അയാൾ തീരുമാനിച്ചു.

അണിയത്ത് വിശ്രമിക്കുകയും ഒപ്പം ചരട് അല്പം പോലും വലിച്ചെടുക്കാതെ മത്സ്യത്തെ വീണ്ടും ഒരു പ്രാവശ്യം കൂടി വട്ടം കറങ്ങാൻ അനുവദിക്കുകയും ചെയ്യുക എന്നത് വലിയൊരു പ്രലോഭനം ആയിരുന്നു. എന്നാൽ മത്സ്യം തിരിഞ്ഞ് വഞ്ചിക്കുനേരെ വരികയാണെന്ന് ചൂണ്ടനൂലിന്റെ വലിച്ചിൽ വ്യക്തമാക്കിയതോടെ അയാൾ എഴുന്നേറ്റു നിന്നു. ശരീരം ഒരു തിരിക്കുറ്റി പോലെ പ്രവർത്തിപ്പിച്ച് തിരിഞ്ഞ് ചരട് വലിച്ചു. പിടിച്ചെടുത്ത മുഴുവൻ നൂലുകളും വഞ്ചിക്കകത്താക്കി.

മുമ്പൊരിക്കലും ഉണ്ടാകാത്ത വിധത്തിൽ താൻ ക്ഷീണിതനാണെന്ന് അയാൾക്കുതോന്നി. കാറ്റ് ആഞ്ഞുവീശാൻ ആരംഭിച്ചു. അവനെ വരുതിയിൽ കൊണ്ടുവരുന്നതിന് വളരെ സഹായകരമായ അവസ്ഥയാണ് ഇപ്പോൾ. എനിക്ക് അത് ഏറ്റവും അത്യാവശ്യമാണ്.

"ഇനി അവൻ അകത്തുപോയി വട്ടമിട്ടു നീന്താൻ തുടങ്ങുമ്പോൾ ഞാൻ വിശ്രമിക്കും." അയാൾ സ്വയം പറഞ്ഞു. "എനിക്കിപ്പോൾ നല്ല

സുഖം തോന്നുന്നുണ്ട്. ഇനി അവൻ കൂടി വന്നാൽ രണ്ടോ മൂന്നോ പ്രാവശ്യം ചുറ്റിക്കറങ്ങുമായിരിക്കും. അതിനിടയിൽ ഞാനവനെ പിടികൂടിയിരിക്കും."

വൈക്കോൽ തൊപ്പി തലയുടെ പുറകിലേക്ക് നീങ്ങിപ്പോയിരിക്കുന്നു. ചൂണ്ടച്ചരടിന്റെ വലിച്ചിലിൽ അയാൾ അണിയത്തേക്കു ചാഞ്ഞു. മീൻ തിരിഞ്ഞെന്ന് അയാൾക്കു മനസ്സിലായി.

"അല്ലയോ മത്സ്യമേ, നീ മുന്നോട്ടു തന്നെ പൊയ്ക്കോളൂ ... " അയാൾ പറഞ്ഞു. "നീ ഒരുവട്ടംകൂടി തിരിയുമ്പോൾ ഞാൻ നിന്നെ പിടികൂടിക്കോളാം."

തിരമാലകൾ ഉയർന്നുപൊങ്ങിക്കൊണ്ടിരുന്നു.

തിരമാലകൾ ആൾ പൊക്കത്തിൽ ഉയർന്നുപൊങ്ങി കഴിഞ്ഞിരുന്നു. കാലാവസ്ഥ സുഖകരമെന്ന് സൂചിപ്പിക്കുന്ന വിധത്തിൽ ഇളംകാറ്റ് വീശിത്തുടങ്ങി. കരയിൽ എത്തിച്ചേരാൻ അത് ആവശ്യമായിരുന്നു.

ഞാൻ തെക്കുപടിഞ്ഞാറോട്ട് വഞ്ചിയെ നയിക്കുകയാണ്. അയാൾ സ്വയം പറഞ്ഞു. ഒരാൾക്കും കടലിൽ വഴി തെറ്റുകയില്ല. ചെല്ലുന്നത് ഒരു നീണ്ട ദ്വീപിലേക്ക് ആണെങ്കിൽ കൂടിയും.

മീൻ മൂന്നാമതും വട്ടം കറങ്ങാൻ തുടങ്ങിയപ്പോഴാണ് അയാൾ അതിനെ ആദ്യമായി കാണുന്നത്.

ഒരു ഇരുണ്ട നിഴൽ പോലെയാണ് അയാൾക്ക് ആദ്യം തോന്നിയത്. വഞ്ചിയുടെ ഇടയിലൂടെ കടന്നുപോകാൻ അതിന് ഏറെനേരം വേണ്ടിവന്നു. അതിന്റെ നീളം അയാൾക്ക് തീർത്തും അവിശ്വസനീയമായി തോന്നി.

"ഇല്ല. അവനൊരിക്കലും ഇത്രയും നീളം ഉണ്ടാകില്ല." അയാളുടെ വാക്കുകൾ ഒരു നിലവിളി പോലെ ഉയർന്നു.

എന്നാൽ അവൻ അത്രയ്ക്കും വലുതായിരുന്നു. ആ ചുറ്റിക്കറങ്ങലിനൊടുവിൽ അവൻ ജലോപരിതലത്തിൽ പൊന്തി വന്നു.

കേവലം മുപ്പതു വാരമാത്രം അകലത്തായിരുന്നു അവൻ. അവന്റെ വാൽ ജലോപരിതലത്തിൽ ഉയർന്നുനിന്നു. വലിയൊരു കൊയ്ത്തരിവാളിനേക്കാൾ വലുപ്പത്തിൽ അത് കാണപ്പെട്ടു. വളരെ സാവധാനത്തിൽ അത് പിറകോട്ട് ചെരിഞ്ഞു. മുകൾപ്പരപ്പിന് തൊട്ടുതാഴെക്കൂടി അത് സാവധാനത്തിൽ നീങ്ങിക്കൊണ്ടിരുന്നപ്പോൾ അയാൾക്ക് അതിന്റെ ഭീമാകാരവും കറുപ്പു കലർന്ന ചുവപ്പുനിറത്തിലുള്ള സവിശേഷമായ വരകളും ദൃശ്യമായി. മുതുകത്തെ ചിറകുകൾ താഴ്ന്നും വശങ്ങളിലെ വലിയ ചിറകുകൾ പരന്ന് ജലത്തിൽ പന്തലിച്ചും കിടന്നു.

ആ ചുറ്റിക്കറങ്ങലിനിടയിൽ അയാൾക്ക് മീനിന്റെ കണ്ണ് കാണാൻ സാധിച്ചു. അതോടൊപ്പം അവനോടൊന്നിച്ച് നീന്തിക്കൊണ്ടിരുന്ന ചാരനിറമാർന്ന രണ്ടു മീനുകളേയും. ഇടയ്ക്കിടയ്ക്ക് അവ രണ്ടും അവ

നോടൊപ്പം തന്നെ നില്ക്കും. അല്ലാത്തപ്പോൾ ശരവേഗത്തിൽ കുതിച്ചു പായും. മറ്റു ചിലപ്പോൾ അവന്റെ നിഴലിൽ നീന്തിക്കളിച്ചുകൊണ്ടിരിക്കും. അവയ്ക്കു രണ്ടിനും മൂന്നടിയിൽ കൂടുതൽ നീളമുണ്ടായിരുന്നു. അതിവേഗം നീന്തുമ്പോൾ അവയുടെ ശരീരം വീശിയടിച്ചുകൊണ്ടിരുന്നു.

അയാൾ വല്ലാതെ വിയർത്തൊലിക്കുവാൻ തുടങ്ങി. സൂര്യന്റെ ചൂടു മാത്രമായിരുന്നില്ല അതിനു കാരണം. വേറെയും കാരണങ്ങൾ ഉണ്ടായിരുന്നു . മത്സ്യത്തിന്റെ ശാന്തവും നിർവ്വികാരവും ആയ ഓരോ തിരിയലിലും അയാൾ ചൂണ്ടച്ചരട് വലിച്ചു പിടിച്ചുകൊണ്ടിരുന്നു. രണ്ടോ മൂന്നോ തിരിയലിനൊടുവിൽ അവന്റെ ശരീരത്തിൽ ചാട്ടുളി പ്രയോഗിക്കുവാൻ അവസരം കിട്ടുമെന്ന് അയാൾ പ്രതീക്ഷിച്ചു.

എന്നാൽ എനിക്കവനെ അടുത്തു കിട്ടണം. വളരെ അടുത്ത്. അയാൾ വിചാരിച്ചു. തലയിലേക്കല്ല, ഹൃദയത്തിലേക്ക് വേണം എറിയാൻ.

"വൃദ്ധനായ മനുഷ്യാ, നീ ശാന്തനായിരിക്ക് .... സ്ഥൈര്യം കൈവിടരുത്" അയാൾ തന്നോടു തന്നെ പറഞ്ഞു.

അടുത്ത ചുറ്റിക്കറങ്ങലിനിടയിൽ മീനിന്റെ പുറംഭാഗം അയാൾക്ക് വ്യക്തമായി കാണാൻ സാധിച്ചു. എന്നാൽ അവൻ അപ്പോഴും തോണിയിൽനിന്നും വളരെ അകലെ ആയിരുന്നു. ഒരുവട്ടംകൂടി ചുറ്റിത്തിരിഞ്ഞപ്പോൾ കുറെ കൂടി അകലത്തായി. അവനെ എങ്ങനെയെങ്കിലും തോണിയുടെ സമീപത്തേക്ക് എത്തിക്കുന്നതിനുവേണ്ടി അയാൾ തന്റെ ശക്തി മുഴുവനുമെടുത്ത് ആഞ്ഞ് വലിച്ചു. കേവലം ഒരു നിമിഷനേരത്തേക്ക് അത് അയാളുടെ നേരെ തിരിഞ്ഞു. ഉടനെതന്നെ പൂർവ്വസ്ഥിതിയിലായി. വീണ്ടും ചുറ്റിത്തിരിയാൻ തുടങ്ങി.

"ഞാനവനെ ഇളക്കിവിട്ടു." അയാൾ പറഞ്ഞു. "അങ്ങനെ ഞാനവനെ ഇളക്കിവിട്ടു," അയാൾക്ക് ബോധം നഷ്ടപ്പെടുന്നതുപോലെ തോന്നി. എങ്കിലും ആവുന്നിടത്തോളം കരുത്ത് സംഭരിച്ച് അയാൾ ആഞ്ഞുവലിച്ചു. കുറെ ദൂരം മീൻ പിന്നെയും നീങ്ങി. ഇത്തവണ എനിക്ക് അവനെ വരുതിയിലാക്കാൻ സാധിച്ചേക്കും. കാലുകളെ, നിങ്ങൾ ഉറച്ചുനില്ക്കൂ.... ശിരസ്സേ, എനിക്കുവേണ്ടി പിടിച്ചു നില്ക്കൂ. നീ ഒരിക്കലും എന്നെ ചതിച്ചിട്ടില്ല. ഇത്തവണ എന്തുതന്നെയായാലും ഞാനവനെ പിടിച്ചു നിർത്തും.."

അയാൾ തന്റെ സർവ്വശക്തിയും പ്രയോഗിച്ചു. അതിനുമുമ്പുതന്നെ മീൻ തോണിക്ക് സമീപം എത്തിയിരിക്കുന്നു. സർവ്വശക്തിയും സംഭരിച്ച് അയാൾ ആഞ്ഞുവലിച്ചു. മീൻ പാതി വഴിയോളം വലിച്ചിഴച്ചുകൊണ്ട് നീങ്ങി. പിന്നീട് അത് സ്വയം ശരിപ്പെടുത്തിക്കൊണ്ട് അകലേക്ക് നീന്തി.

"മീനേ...." അയാൾ പറഞ്ഞു. "നിന്റെ ജീവിതം ഏതായാലും അവ

സാനിക്കുവാൻ പോവുകയാണ്. അതോടൊപ്പം നിനക്ക് എന്നെക്കൂടി കൊല്ലണം എന്നുണ്ടോ?"

"അതുകൊണ്ട് നീ എന്തു നേടാനാണ്?" സംസാരിക്കുവാൻ സാധിക്കാത്തവിധം അയാളുടെ വായ വറ്റിവരണ്ടു. വെള്ളം കുടിക്കുവാനാണെങ്കിൽ ഒരു നിവൃത്തിയും ഇല്ലാതാനും. ഇത്തവണ എന്തായാലും ഞാനവനെ എന്റെ അടുത്തെത്തിക്കും. എന്നാൽ ഇനിയും കുറെ പ്രാവശ്യം അവനെന്നെ ഇങ്ങനെ വട്ടം കറക്കുകയാണെങ്കിൽ അതു താങ്ങാനുള്ള ശക്തി എനിക്കില്ല. ഉവ്വ്. നിന്നെക്കൊണ്ടതിന് സാധിക്കും. അയാൾ സ്വയം പറഞ്ഞു. എത്ര വേണമെങ്കിലും പിടിച്ചു നില്ക്കാൻ കഴിവുള്ളവനാണ് നീ.

അടുത്ത കറക്കത്തിനിടയിൽ അവനെ ഏതാണ്ട് സമീപത്ത് കിട്ടിയതാണ്. എന്നാൽ ആ മീൻ പിന്നെയും വലത്തോട്ട് തിരിഞ്ഞ് സാവധാനത്തിൽ നീന്തി അകന്നു.

"മീനേ, എന്നെ കൊല്ലാൻതന്നെ ആണോ നിന്റെ ഭാവം?" അയാൾ മനസ്സിൽ ചോദിച്ചു. എന്നാൽ നിനക്ക് അതിന് സകല അവകാശങ്ങളും അധികാരങ്ങളും ഉണ്ട്. സഹോദരാ. നിന്നെക്കാൾ ഭീമാകാരനായ, സുന്ദരനും ശാന്തനും കുലീനനുമായ ഒന്നിനേയും ഞാനെന്റെ ജീവിതത്തിൽ കണ്ടിട്ടില്ല. നീ വരൂ, വന്ന് എന്നെ കൊന്നുകൊള്ളൂ... ആര് ആരെ കൊല്ലുന്നുവെന്നത് ഞാൻ കാര്യമാക്കുന്നില്ല.

നിന്റെ ശിരസ്സ് അസ്വസ്ഥമാകുന്നുണ്ട്. നീ നിന്റെ ശിരസ്സിനെ ശരിയായ രീതിയിൽ പിടിച്ചേ മതിയാകൂ. അതിനുശേഷം ഒരു മനുഷ്യൻ എങ്ങനെയാണ് ക്ലേശങ്ങളെ അഭിമുഖീകരിക്കുന്നതെന്ന് കണ്ടു മനസ്സിലാക്കൂ. അല്ലെങ്കിൽ ഒരു മത്സ്യത്തെ എന്നപോലെ എങ്കിലും. അയാൾ ചിന്തിച്ചു.

"ശാന്തമായിരിക്കൂ... ശിരസ്സേ... കാര്യങ്ങൾ ഒരുവിധത്തിൽ ശരിയായി വരികയാണ്..." തനിക്കുമാത്രം കേൾക്കാവുന്ന ശബ്ദത്തിൽ അയാൾ പറഞ്ഞു. "ശാന്തമായിരിക്കൂ..."

അടുത്ത രണ്ടു പ്രാവശ്യം കൂടി വട്ടം കറക്കൽ ആവർത്തിച്ചപ്പോൾ അയാൾക്ക് തല കറങ്ങുന്നതുപോലെ അനുഭവപ്പെട്ടു.

എനിക്കറിയില്ല... അയാൾ ചിന്തിച്ചു. ഓരോ പ്രാവശ്യവും തനിക്ക് രക്ഷപ്പെടാൻ സാധിക്കുമെന്ന തോന്നൽ തന്നെയായിരുന്നു അത്. എനിക്കറിയില്ല... എന്നാലും ഞാൻ ഒരിക്കൽ കൂടി ശ്രമിക്കും.

അയാൾ തന്റെ പരിശ്രമം പിന്നെയും തുടർന്നു. അയാൾ മീനിനെ തിരിച്ചുകൊണ്ടുവരാൻ ശ്രമിച്ചപ്പോൾ അത് സ്വയം വലത്തോട്ടു തിരിഞ്ഞ്, വലിയ വാൽ വായുവിൽ ഉയർത്തി പിന്നെയും സാവധാനത്തിൽ നീന്തി അകന്നു.

ഞാൻ ഇനിയും ശ്രമിക്കും. അയാൾ മനസ്സിൽ ഉറപ്പിച്ചു. അയാളുടെ കൈകൾക്ക് തളർച്ച അനുഭവപ്പെട്ടു. മിന്നലിന്റെ വെളിച്ചത്തിൽ മാത്രമേ അയാൾക്ക് എന്തെങ്കിലും കാണുവാൻ സാധിക്കുമായിരുന്നുള്ളു.

അയാൾ പിന്നെയും ശ്രമിച്ചു. ഒരു ഫലവും ഉണ്ടായില്ല. ശ്രമം ആരംഭിക്കുമ്പോൾ തന്നെ താൻ വലിച്ചിഴയ്ക്കപ്പെടുന്നതായി അയാൾക്കു തോന്നി. ഇനിയും ഒരിക്കൽക്കൂടി ഞാൻ ശ്രമിക്കും.

വേദന കടിച്ചമർത്തി, തന്നിൽ അവശേഷിച്ചിരുന്ന ശക്തി മുഴുവനും സംഭരിച്ച് തനിക്ക് നഷ്ടപ്പെട്ട ആത്മവിശ്വാസം വീണ്ടെടുത്തശേഷം മീനിന്റെ യാതനകളുമായി അവയെ തുലനം ചെയ്തു. ആ സമയത്ത് മീൻ അയാളുടെ തോണിയുടെ സമീപം പൊന്തി വന്നു. അതിന്റെ ചുണ്ടിന്റെ അറ്റം തോണിപ്പലകയുമായി ഉരസുന്നുണ്ടായിരുന്നു. തീർത്തും ശാന്തനായിട്ടാണ് അത് എത്തിക്കൊണ്ടിരുന്നത്. തോണിയെ മറികടക്കുവാൻ അത് പരിശ്രമിച്ചു. നീണ്ടു ഘനഗംഭീരമായ് വിസ്തൃത രൂപം. വെള്ളിയുടെ തിളക്കമാർന്ന നിറം! അതിൽ കരിം ചുവപ്പു നിറത്തിലുള്ള വരകൾ. ഭീമാകാരനായ ആ മീൻ മുഴുവനായും ജലോപരിതലത്തിൽ പ്രത്യക്ഷപ്പെട്ടു.

കിഴവൻ ചൂണ്ട ചരട് താഴെയിട്ടശേഷം കാലുകൊണ്ട് അത് അമർത്തിപ്പിടിച്ചു. തനിക്ക് കഴിയുന്നിടത്തോളം ഉയരത്തിൽ അയാൾ ചാട്ടുളി ഉയർത്തി പിടിച്ചു. തന്റെ സകല കരുത്തും സംഭരിച്ച് പുതുതായി കുറെ ശക്തി ആവാഹിച്ചെടുത്ത് മീനിനു മേൽ ചാട്ടുളി പ്രയോഗിച്ചു. ഒരു മനുഷ്യന്റെ മാറോളം ഉയരത്തിൽ വായുവിൽ ഉയർന്നു നില്ക്കുന്ന മീനിന്റെ ചെകിളപ്പൂക്കളിനു തൊട്ടു പുറകിൽ.... മീനിന്റെ ദേഹത്തിൽ ചാട്ടുളി തുളച്ചു കയറുന്നതായി അയാൾക്ക് അനുഭവപ്പെട്ടു. അയാൾ മീനിനു നേരെ കുനിഞ്ഞ് വീണ്ടും വീണ്ടും ചാട്ടുളി പ്രയോഗം നടത്തി. തന്റെ ശരീരഭാരം മുഴുവനും അതിനു മേൽ ചെലുത്തി.

അയാൾ എറിഞ്ഞ മരണത്തെ ഏറ്റുവാങ്ങിക്കൊണ്ട് മീൻ ജീവനോടെ തന്നെ ജലോപരിതലത്തിൽ പ്രത്യക്ഷപ്പെട്ടു. തന്റെ ശരീരത്തിന്റെ അനിതരസാധാരണമായ നീളവും വിസ്താരവും സകല കരുത്തും സൗന്ദര്യവും ആവാഹിച്ചുകൊണ്ട് അവൻ വെള്ളത്തിനു മുകളിൽ ഉയർന്നുനിന്നു. തോണിയിൽ എഴുന്നേറ്റുനില്ക്കുന്ന കിഴവനു മുകളിൽ ഉയർന്നുനില്ക്കുകയാണ് അവനെന്നു തോന്നും ആ കാഴ്ച കണ്ടാൽ. തോണിയിലും കിഴവന്റെ ശരീരത്തിലും വെള്ളം ചിതറിച്ചു കൊണ്ട് അവൻ വെള്ളത്തിലേക്കു തന്നെ പതിച്ചു.

അയാൾക്ക് ബോധം മറയുന്നതുപോലെ അനുഭവപ്പെട്ടു. ശക്തമായ ക്ഷീണവും തളർച്ചയും. കണ്ണിൽ ഇരുട്ടു കയറുന്നതുപോലെ. എങ്കിലും അയാൾ ചാട്ടുളിച്ചരട് വൃത്തിയാക്കി. തന്റെ പരുപരുത്ത കൈകളിലൂടെ സാവധാനത്തിൽ അത് ഓടിച്ചു നോക്കി.

അയാൾക്ക് കാഴ്ച വീണ്ടു കിട്ടിയപ്പോൾ മീൻ അതിന്റെ വെളുത്ത നിറത്തിലുള്ള വയറ് മുകളിലേക്കാക്കി മലർന്നു കിടക്കുന്ന കാഴ്ച അയാൾ കണ്ടു. മീനിന്റെ തോളിൽ ഒരു ഭാഗത്തായി ചാട്ടുളിയുടെ പിടി ഉയർന്നുപൊങ്ങി കാണപ്പെട്ടു. അവന്റെ ഹൃദയരക്തം സമുദ്രോപരി തലത്തെ ചുവപ്പുനിറമാക്കി മാറ്റി. ക്രമേണ ചുവപ്പ് കറുപ്പായി മാറി. ആ നിറം മേഘം പോലെ പരന്നു കൊണ്ടിരുന്നു. വെള്ളി പോലെ വെട്ടിത്തി ളങ്ങിയിരുന്ന ആ മീൻ നിശ്ചലനായി നിന്നു. തിരമാലകൾ ആടിയുലയു ന്നതിന് അനുസരിച്ച് അതും ഇളകിക്കൊണ്ടിരുന്നു.

കിഴവൻ തനിക്ക് മിന്നായംപോലെ കിട്ടിയ കാഴ്ചയിലേക്ക് ശ്രദ്ധയോടെ കണ്ണു പായിച്ചു. അണിയത്തെ കുറ്റിയിൽനിന്ന് ചാട്ടുളി ചരടിന്റെ രണ്ടു ചുറ്റ് അഴിച്ചെടുത്ത് തല കൈകളിൽ താങ്ങി നിന്നു.

“എന്റെ തലയ്ക്കു വെളിവുകിട്ടട്ടെ.” അണിയത്തെ മരപ്പലകയിൽ ചാരി നിന്നുകൊണ്ട് അയാൾ പറഞ്ഞു. “ക്ഷീണിച്ച് അവശനായ ഒരു വൃദ്ധനാണ് ഞാൻ. എന്നിട്ടും എന്റെ സഹോദരസ്ഥാനത്തുള്ള ഈ മീനിനെ ഞാൻ കൊന്നു. ഇനിയിപ്പോൾ ഞാൻ അടിമപ്പണി ചെയ്തേ മതിയാകൂ.”

അവനെ വലിച്ചടുപ്പിച്ച് തോണിയോടു ചേർത്ത് നിർത്തുന്നതിനു വേണ്ട ഒരുക്കങ്ങൾ തുടങ്ങണം. അതിനുവേണ്ട കയറും കുരുക്കും തയ്യാറാക്കണം. ഞങ്ങൾ രണ്ടുപേർ ഉണ്ടെങ്കിൽക്കൂടി തോണി താഴ്ത്തി മീനിനെ അതിനകത്തേക്കു കയറ്റാൻ സാധിക്കുകയില്ല. അവനെ ഉൾക്കൊള്ളുവാൻ തോണിക്കു സാധിക്കുകയില്ല. ഞാൻ സ്വയം എല്ലാം ഒരുക്കി വച്ചേ തീരൂ. തുടർന്ന് അവനെ തോണിയോട് അടുപ്പിച്ച് നിർത്തി കയറുകൊണ്ട് വരിഞ്ഞുമുറുക്കി പാമരം ഉയർത്തി വീട്ടിലേക്കുള്ള പ്രയാണം ആരംഭിക്കണം.

തോണിയോട് ചേർത്തടുപ്പിക്കുന്നതിനു വേണ്ടി അയാൾ ആ കൂറ്റൻ മീനിനെ വലിക്കാൻ തുടങ്ങി. അതിന്റെ ചെകിളകളിലൂടെ ചരട് അക ത്തേക്കു കടത്തി വായിലൂടെ പുറത്തെടുത്ത് തല അണിയത്തോടു ബന്ധിച്ചു.

“എനിക്കവനെ കാണണം.” അയാൾ വിചാരിച്ചു. അവനെ ഒന്ന് തൊട്ടുനോക്കുകയും അനുഭവിച്ച് അറിയുകയും വേണം. എന്റെ ഭാഗ്യമാണവൻ. അതുകൊണ്ടു മാത്രമല്ല ഞാനവനെ രുചിച്ചു നോക്കണം എന്നു പറയുന്നത്. രണ്ടാമത്തെ തവണ ചാട്ടുളി പ്രയോഗിച്ചപ്പോൾ അത് അവന്റെ ഹൃദയത്തിൽ തൊട്ടിട്ടുണ്ട്. അവനെ കുറെക്കൂടി അടുത്തേക്ക് കൊണ്ടു വന്നേ തീരൂ. അതിനുശേഷം അടുപ്പിച്ചു കെട്ടുകയും വാലിനു ചുറ്റും കുരുക്കിടുകയും വേണം. തോണിയോടു ചേർത്തു കെട്ടുന്നതി നായി മറ്റൊരു കുരുക്ക് നടുഭാഗത്ത് ഇടണം.

“കിഴവാ, നീ നിന്റെ ജോലി ആരംഭിക്കൂ.” അയാൾ സ്വയം പറഞ്ഞു.

തുടർന്ന് കൈകുമ്പിളിൽ അല്പം വെള്ളം കോരിയെടുത്ത് കുടിച്ചു. നേർക്കുനേരെയുള്ള പോരാട്ടം അവസാനിച്ചെങ്കിലും ഇനിയും ധാരാളം ജോലി ബാക്കിയുണ്ട്.

അയാൾ ആകാശത്തേക്ക് മിഴികൾ ഉയർത്തി നോക്കി. തുടർന്ന് ആ ഭീമൻമത്സ്യത്തിനു നേരെയും! സൂര്യന്റെ നേർക്ക് അയാൾ ഇമവെട്ടാതെ നോക്കി. നേരം നട്ടുച്ച കഴിഞ്ഞിട്ടില്ല. ചൂടുകാറ്റ് വീശിയടിക്കുവാൻ പോവുകയാണ്. മറ്റു ചരടുകൾകൊണ്ട് ഇനി വലിയ കാര്യമൊന്നുമില്ല. വീട്ടിലെത്തിക്കഴിഞ്ഞാൽ ഞാനും കുട്ടിയും കൂടി ഇഴപിരിച്ച് വൃത്തിയാക്കിയെടുക്കും.

"വരൂ മത്സ്യമേ ..." അയാൾ പറഞ്ഞു. എന്നാൽ മത്സ്യം വന്നില്ല. അവൻ തിരമാലകളിൽ പുതഞ്ഞുകൊണ്ട് അവിടെത്തന്നെ കിടന്നു. അയാൾ തോണിയുമായി അവന്റെ അടുത്തേക്ക് നീങ്ങി.

മത്സ്യത്തിന് വളരെ അടുത്തെത്തിയിട്ടും അവന്റെ തല അണിയത്തിനുനേരെയായിരുന്നിട്ടുപോലും അയാൾക്ക് അതിന്റെ വലുപ്പം വിശ്വസിക്കുവാൻ സാധിച്ചില്ല. അയാൾ സാവധാനത്തിൽ ചാട്ടുളി ചരട് കുറ്റിയിൽ നിന്നും അഴിച്ചെടുത്ത് മത്സ്യത്തിന്റെ ചെകിളകളിലൂടെ കടത്തി, വായിലൂടെ പുറത്തേക്കു കൊണ്ടുവന്നു. വാലിൽ ഒരു ചുറ്റിട്ട്, ചരട് മറ്റേ ചെകിളയിലൂടെ കടത്തി, ചുണ്ടിൽ ചുറ്റിക്കെട്ടി. ഇരട്ടക്കയറുകൾ തമ്മിൽ കൂട്ടിക്കെട്ടി അണിയത്തെ കുറ്റിയോട് ബന്ധിപ്പിച്ചു. മത്സ്യം തികഞ്ഞ വെള്ളി നിറമായി കഴിഞ്ഞിരുന്നു. ശരീരത്തിലെ വരകൾക്കും അതേ നിറം പകർന്നു കഴിഞ്ഞിരുന്നു. തീർത്തും നിർവ്വികാരമായിരുന്നു മീനിന്റെ കണ്ണുകൾ.

"അവനെ കൊല്ലാനുള്ള ഏക മാർഗ്ഗം ഇതു മാത്രമായിരുന്നു." അയാൾ സ്വയം പറഞ്ഞു.

വെള്ളം കുടിച്ചതിനുശേഷം അയാൾക്ക് അല്പം ആശ്വാസം തോന്നി. അവനൊരിക്കലും രക്ഷപ്പെടാൻ കഴിയുകയില്ലെന്നും തന്റെ തലയ്ക്ക് വെളിവു കിട്ടിയെന്നും അയാൾക്ക് മനസ്സിലായി.

ഏതാണ്ട് ആയിരത്തി അഞ്ഞൂറു പൗണ്ടിനു മേലെ കാണും അവന്റെ ഭാരം, കിടപ്പു കണ്ടിട്ട് അയാൾക്കു തോന്നി. മുറിച്ച് കഷണങ്ങളാക്കുമ്പോൾ അതിന്റെ മൂന്നിൽ രണ്ടു ഭാഗമെങ്കിലും ഉണ്ടാകാതിരിക്കുകയില്ല. പൗണ്ടിന് മുപ്പതു സെന്റെങ്കിലും വില കിട്ടാതിരിക്കുകയില്ല.

"അതു കൃത്യമായി കണക്കാക്കണമെങ്കിൽ ഒരു പെൻസിൽ വേണം" അയാൾ സ്വയം പറഞ്ഞു. എന്റെ തല നേരെ ആയിട്ടില്ല. എന്നാൽ മഹാനായ ഡിമാഗിയോ ഇന്ന് എന്നെ കുറിച്ചോർത്ത് അഭിമാനം കൊള്ളുന്നുണ്ടാകും എന്നാണ് എനിക്ക് തോന്നുന്നത്. എനിക്ക് അസ്ഥി മുള്ളില്ല. എന്നാൽ കൈകളും പുറവും എല്ലാം ശരിക്കും വേദനിക്കുന്നുണ്ട്.

എന്താണാവോ ഈ അസ്ഥി മുള്ള്. ചിലപ്പോൾ അത് നമുക്കെല്ലാം ഉണ്ടായിരിക്കും. നാമറിയുന്നില്ലെന്നു മാത്രം.

അയാൾ മീനിനെ അണിയത്തും അമരത്തും പിന്നെ നടുഭാഗത്തും കുറുകെയുള്ള പലകയിലും ചേർത്തു കെട്ടി. കുറെകൂടി വലിയ ഒരു തോണി ചേർത്തു കെട്ടിയതുപോലെ! അത്രയ്ക്കു വലുതായിരുന്നു അവൻ.

അയാൾ ഒരു ചെറിയ കഷണം ചരടെടുത്ത് മീനിന്റെ കീഴ്ത്താടി അവന്റെ ചുണ്ടിനോടു ചേർത്തു കെട്ടി. ഇനി യാത്രയിലുടനീളം അവൻ വാ തുറക്കില്ല. പാമരം നാട്ടി, പായ നിവർത്തി. പായയിൽ കാറ്റുപിടിച്ചു. വഞ്ചി നീങ്ങാൻ തുടങ്ങി. അമരത്ത് പാതി കിടന്നുകൊണ്ടെന്നപോലെ അയാൾ തെക്കുപടിഞ്ഞാറൻ ദിശ നോക്കി തോണി തുഴഞ്ഞു. തെക്കു പടിഞ്ഞാറ് ഏതു ഭാഗത്താണെന്ന് മനസ്സിലാക്കുവാൻ അയാൾക്ക് ഒരു വടക്കുനോക്കിയന്ത്രത്തിന്റെയും ആവശ്യമില്ല. കാറ്റിന്റെ സ്പർശവും കാറ്റു പായയുടെ വലിച്ചിലും മാത്രമേ നോക്കേണ്ടിയിരുന്നുള്ളു. ചെറിയ ഒരു ചൂണ്ട വെള്ളത്തിലിട്ടാൽ എന്തെങ്കിലും കിട്ടിയേക്കും. ശരീരത്തിലെ ജലാംശം നിലനിർത്താൻ സാധിക്കുന്ന എന്തെങ്കിലും. മത്തിയെല്ലാം ചീഞ്ഞു കഴിഞ്ഞിരുന്നു. സമീപത്ത് ഒഴുകിനടക്കുന്ന കടൽ പായൽ അയാൾ ചൂണ്ടയിൽ കൊളുത്തി എടുത്തു. അത് അണിയത്തേക്ക് കുടഞ്ഞിട്ടപ്പോൾ അതിലുണ്ടായിരുന്ന ചെറിയ ചെമ്മീനുകൾ പലകയുടെ മുകളിൽ വന്നു വീണു. അവ പന്ത്രണ്ടിൽ കൂടുതലുണ്ടായിരുന്നു. കടൽ ചെള്ളുകളെപ്പോലെ ചാടുകയും മറിയുകയും ചെയ്യുന്ന അവയുടെ തലകൾ നുള്ളിക്കളഞ്ഞ് പുറന്തോടും വാലും കടിച്ചു ചവച്ചു തിന്നു. വളരെ ചെറുതാണെങ്കിലും പോഷകഗുണമുള്ളതും അതീവ രുചികരവും ആയിരുന്നു അവ.

രണ്ടിറക്ക് വെള്ളംകൂടി മാത്രമേ കുപ്പിയിൽ ഉണ്ടായിരുന്നുള്ളു. ചെമ്മീൻ തിന്ന ശേഷം അയാൾ അരയിറക്ക് വെള്ളം കുടിച്ചു. തടസ്സങ്ങൾ കണക്കിലെടുത്തുകൊണ്ടു തന്നെ വഞ്ചി മുന്നോട്ടു നീക്കിയേ പറ്റൂ. പങ്കായം കൊണ്ട് അയാൾ വഞ്ചിയുടെ ഗതി നിയന്ത്രിച്ചു. അയാൾക്ക് മീനിനെ കാണാൻ സാധിക്കുന്നുണ്ട്. ഇതൊന്നും സ്വപ്നമല്ലെന്നും യഥാർത്ഥത്തിൽ സംഭവിച്ചതാണെന്നും തന്നെ ബോദ്ധ്യപ്പെടുത്തുവാൻ അയാൾ സ്വന്തം കൈകളിൽ നോക്കുകയും അമരത്തോടു ചേർന്നു നിന്നിരുന്ന മീനിന്റെ മുതുകത്ത് സ്പർശിക്കുകയും ചെയ്തു. പോരാട്ടത്തിന്റെ അവസാന ഘട്ടത്തിൽ ഇതൊരു സ്വപ്നമായിരിക്കാമെന്ന് അയാൾ വിചാരിച്ചിരുന്നു. എന്നാൽ വെള്ളത്തിൽനിന്നും മീൻ ഉയർന്നു വരികയും തിരികെ വെള്ളത്തിലേക്ക് വീഴുന്നതിനുമുമ്പ്, അന്തരീക്ഷത്തിൽ നിശ്ചലമായി തൂങ്ങി നില്ക്കുകയും ചെയ്ത അവസരത്തിൽ,

എന്തോ അസാധാരണത്വമുണ്ടെന്ന് അയാൾക്കു തോന്നി. അയാൾക്ക് അത് വിശ്വസിക്കുവാൻ സാധിച്ചില്ല. ഇപ്പോൾ എല്ലാം വ്യക്തമായി കാണാൻ കഴിയുന്നുണ്ട്. ആ സമയത്ത് അത് സാധിച്ചിരുന്നില്ല.

മീൻ എവിടെ ഉണ്ടെന്നും തന്റെ കൈകളും പുറവും സ്വപ്നമല്ലെന്നും ഇപ്പോൾ അയാൾക്ക് അറിയാം. ഇനി കൈകൾ വളരെ വേഗം സുഖപ്പെടും. അയാൾ വിചാരിച്ചു. രക്തക്കറ കഴുകി കളഞ്ഞ് കൈകൾ കഴുകി വൃത്തിയാക്കും. ഉപ്പുവെള്ളം അവയെ വേഗം സുഖപ്പെടുത്തും. ഉൾക്കടലിലെ കറുത്ത ജലമാണ് ഏറ്റവും വലിയ ഔഷധം. സ്വബോധം നഷ്ടപ്പെടാതെ നോക്കുകയാണ് താനിനി വേണ്ടത്. കൈകൾ അവയുടെ ജോലി പൂർത്തിയാക്കി കഴിഞ്ഞു. ഞങ്ങൾ ശരിയായ രീതിയിൽ സഞ്ചരിക്കുന്നുണ്ട്. മീനിന്റെ വായ മൂടിക്കെട്ടും അവന്റെ വാൽ കുത്തനെ ഉയർത്തിയും താഴ്ത്തിയും സഹോദരങ്ങളെപ്പോലെ യാത്ര ചെയ്യുകയാണ് ഞങ്ങൾ. അല്പസമയം കഴിഞ്ഞതോടെ അയാളുടെ ബോധം നഷ്ടപ്പെടുന്നതുപോലെ തോന്നി. അവൻ എന്നെ കൊണ്ടുപോവുകയാണോ, അതോ ഞാൻ അവനെ കൊണ്ടുപോവുകയാണോ... അയാൾ ചിന്തിച്ചു. ഞാനവനെ പിന്നാലെ കെട്ടിവലിച്ചു കൊണ്ടുവരികയാണെങ്കിൽ അതിനെ കുറിച്ച് ചോദ്യമേ ഉദിക്കുന്നില്ല. സകല പ്രതാപങ്ങളും അവസാനിച്ച് മത്സ്യം വഞ്ചിക്ക് അകത്ത് കിടക്കുകയായിരുന്നു എങ്കിലും ആ ചോദ്യം ഉദയം ചെയ്യുകയില്ലായിരുന്നു. എന്നാൽ ഇപ്പോഴവർ അരികോടരികു ചേർന്ന് ഒന്നിച്ചു സഞ്ചരിക്കുകയാണ്. ചില തന്ത്രപ്രയോഗങ്ങളിലൂടെ മാത്രമാണ് താൻ അവനേക്കാൾ കേമനായത്. അവനാകട്ടെ എനിക്ക് യാതൊരു വിധത്തിലുള്ള ഉപദ്രവവും ചെയ്തിട്ടില്ല.

അവർ സ്വസ്ഥമായി ജലോപരിതലത്തിലൂടെ സഞ്ചരിച്ചു. അയാൾ കൈകൾ കടൽവെള്ളത്തിൽ കഴുകി. തല നേരെനിർത്താൻ പരിശ്രമിച്ചു. അവരുടെ തലയ്ക്കു മുകളിൽ പഞ്ഞിക്കെട്ടുകൾ പോലെ മേഘങ്ങൾ സഞ്ചരിച്ചു. ഇളങ്കാറ്റ് രാത്രി മുഴുവനും വീശിക്കൊണ്ടിരിക്കുമെന്ന് അയാൾക്ക് ഏതാണ്ട് ഉറപ്പായി. ഇതെല്ലം സത്യമാണെന്ന് ഉറപ്പിക്കുന്നതിനു വേണ്ടി അയാൾ ഇടയ്ക്കിടയ്ക്ക് മീനിനു നേരെ കണ്ണു പായിച്ചു. ആദ്യത്തെ സ്രാവ് വന്ന് ആക്രമിക്കുന്നതിന് ഒരു മണിക്കൂർ മുമ്പായിരുന്നു അത്.

ആ സ്രാവിന്റെ വരവ് ആകസ്മികം എന്നൊന്നും പറഞ്ഞു കൂടാ. വധിക്കപ്പെട്ട മീനിന്റെ കാർമേഘം പോലുള്ള രക്തം നാഴികകളോളം ആഴത്തിലിറങ്ങി കടലിൽ വ്യാപിച്ചിരുന്നു. യാതൊരു മുന്നറിയിപ്പും തരാതെ നീല ജലത്തിന്റെ ഉപരിതലത്തിലേക്ക് അവൻ കയറി വന്നു. സൂര്യപ്രകാശത്തിൽ അവൻ തിളങ്ങി. വീണ്ടും ആഴങ്ങളിലേക്ക് തിരിച്ചു പോയി. പിന്നെയും മണം പിടിച്ച് തോണിയുടെയും മീനിന്റെയും വഴിയിലൂടെ നീങ്ങാൻ ആരംഭിച്ചു.

ചില സമയത്ത് അവന് രക്തത്തിന്റെ ഗന്ധം നഷ്ടമാകും. ഉടനെ തന്നെ അവനത് വീണ്ടെടുക്കുകയും ചെയ്യും. അവനൊരിക്കലും പാത യിൽനിന്നും മാറി സഞ്ചരിച്ചില്ല. ഒരു കൂറ്റൻ മാ കോ സ്രാവായിരുന്നു അവൻ. കടലിലെ ഏറ്റവും വേഗതയേറിയ ഏതൊരു മീനിനോടൊപ്പവും നീന്തിയെത്താൻ കഴിവുള്ളവൻ. താടിയെല്ലുകൾ ഒഴികെ അവന്റെ എല്ലാ അവയവങ്ങളും സുന്ദരമായിരുന്നു. ഒരു കൊമ്പൻ സ്രാവിന്റെ പോലെ നീല നിറമാർന്നതായിരുന്നു അവന്റെ പിൻഭാഗം. ഉദരഭാഗത്ത് വെള്ളി നിറം. നേർത്ത മൃദുലമായ ചർമ്മം അതീവ സുന്ദരമായിരുന്നു. ജലോ പരിതലത്തിനു തൊട്ടു താഴെയായി ഒഴുക്കിനെ കീറി മുറിച്ചുകൊണ്ട് നീന്തുമ്പോൾ മുറുകെ അടച്ചിരുന്ന ഭീമാകാരമായ താടിയെല്ലുകൾ ഒഴികെ ബാക്കിയെല്ലാം കൊമ്പൻ സ്രാവിന്റെ പ്രതീതി ജനിപ്പിച്ചു. ഇരട്ടച്ചുണ്ടുകൾക്കുള്ളിൽ എട്ടു നിര പല്ലുകൾ മുഴുവൻ അകത്തേക്ക് വളഞ്ഞു നില്ക്കുന്നു. സാധാരണ സ്രാവുകളിൽ കാണപ്പെടു ന്നതുപോലെ പിരമിഡ് ആകൃതിയിൽ ആയിരുന്നില്ല ആ പല്ലുകൾ. പക്ഷിയുടെ കാൽനഖങ്ങൾ പോലെ വളഞ്ഞിരുന്ന അവ മനുഷ്യന്റെ കൈവിരലുകൾ രൂപപ്പെടുത്തി വച്ചതുപോലെ കാണപ്പെട്ടു. അയാളുടെ കൈവിരലുകളോളം നീളമുണ്ടായിരുന്നു ആ പല്ലുകൾക്കും. കടലിലെ സകല മീനുകളെയും തിന്നാനുള്ള കരുത്തുള്ളവൻ.

നല്ല വേഗതയും ഒപ്പം ശക്തിയും പ്രതിരോധത്തിനു വേണ്ട കഴിവും ഉള്ളവൻ. അവയ്ക്ക് മറ്റു ശത്രുക്കൾ ആരുമില്ല. പുതുരക്തത്തിന്റെ ഗന്ധം പിടിച്ചെടുക്കുവാനായപ്പോൾ അവൻ വേഗത കൂട്ടി. അവന്റെ നീലനിറ മാർന്ന പിൻ ചിറകുകൾ വെള്ളത്തെ കീറി മുറിച്ചുകൊണ്ട് നീങ്ങി.

അവനിൽ ഭയം ലവലേശം തൊട്ടു തീണ്ടിയിട്ടില്ലെന്നും വിചാരി ക്കുന്നതെല്ലാം നടപ്പിൽ വരുത്തുന്നവനാണെന്നും അവന്റെ വരവു കണ്ടപ്പോൾ അയാൾക്കു തോന്നി. കൂറ്റൻ സ്രാവിന്റെ ഗതി ശ്രദ്ധിക്കുന്ന തോടൊപ്പം അയാൾ ചാട്ടുളി ചരടിൽ കെട്ടി തയ്യാറാക്കി. മത്സ്യത്തെ തോണിയോടു ചേർത്തു കെട്ടുന്നതിനു വേണ്ടി മുറിച്ചെടുത്തതിനാൽ ചരടിന് നീളം വളരെ കുറവായിരുന്നു.

ഇപ്പോൾ വൃദ്ധന്റെ തലയ്ക്ക് വെളിവ് വന്നിരുന്നു. മനസ്സിന് നല്ല ഉറപ്പുണ്ടായിരുന്നെങ്കിലും വളരെ കുറച്ച് പ്രതീക്ഷ മാത്രമേ അയാളിൽ അവശേഷിച്ചിരുന്നുള്ളു. എല്ലാം നിമിഷനേരം കൊണ്ട് അവസാനിപ്പിക്കു വാൻ ഇവൻ ധാരാളം മതി. സ്രാവ് സമീപത്തേക്ക് വരുന്നത് വീക്ഷിച്ചു കൊണ്ടിരിക്കെ തന്നെ അയാൾ താൻ വേട്ടയാടി പിടിച്ച വലിയ മീനിനു നേരെ കണ്ണു പായിച്ചു. അതും ചിലപ്പോൾ സ്വപ്നമായിരിക്കാം. എന്നെ ആക്രമിക്കുന്നതിൽ നിന്നും അവനെ തടയാൻ സാധിക്കുകയില്ല. എന്നാൽ ചിലപ്പോൾ എനിക്ക് അവനെ പിടികൂടാൻ സാധിച്ചേക്കാം. “നിന്റെ അമ്മ നിർഭാഗ്യവതിയാണ്.” അയാൾ മനസ്സിൽ പറഞ്ഞു.

സ്രാവ് വളരെ വേഗത്തിൽ അമരത്തിനു സമീപത്തെത്തി. അവൻ മീനിനെ ആക്രമിച്ചപ്പോൾ അയാൾ അവന്റെ തുറന്നു പിടിച്ച വായയും തുറിച്ച കണ്ണുകളും കണ്ടു. അവന്റെ വാലിനു തൊട്ടു മുകളിലെ മാംസത്തിൽ പല്ലുകൾ അമരുന്ന ശബ്ദവും കേട്ടു. കൂറ്റൻ സ്രാവിന്റെ തല വെള്ളത്തിൽനിന്നും ഉയർന്നു വന്നു. അതിന്റെ പിൻഭാഗം സാവധാനത്തിൽ പുറത്തേക്ക് ഉന്തി വന്നുകൊണ്ടിരുന്നു. വലിയ മീനിന്റെ തൊലിയും മാംസവും വേർപെടുന്ന ശബ്ദം അയാളുടെ കാതിൽ എത്തി. അയാൾ സ്രാവിന്റെ തലയിലേക്ക് ചാട്ടുളി കുത്തിയിറക്കി. കണ്ണുകളുടെ നടുവിലുള്ള രേഖയും മൂക്കിനു നേരെ പിന്നിലേക്കു നീളുന്ന രേഖയും തമ്മിൽ നെടുകെ മുറിക്കപ്പെടുന്ന ബിന്ദുവിലാണ് ചാട്ടുളി പതിച്ചത്. അല്പസമയത്തിനകം ആ രേഖകളെല്ലാം അപ്രത്യക്ഷമായി. കൂർത്ത് ഭീമാകാരമായ നീല നിറത്തിലുള്ള തലയും, വലിയ കണ്ണുകളും പിന്നെ സകലതും വെട്ടിമുറിക്കുകയും വെട്ടി വിഴുങ്ങുകയും ചെയ്യുന്ന താടിയെല്ലുകളും മാത്രമേ അവിടെ ഉണ്ടായിരുന്നുള്ളു. തലച്ചോറിന്റെ കേന്ദ്രസ്ഥാനത്ത് വൃദ്ധൻ ആഞ്ഞടിച്ചു. സകല ശക്തിയും സംഭരിച്ച് ചോര പൊടിയുന്ന കൈകൾകൊണ്ട് ചാട്ടുളിയെടുത്ത് അവിടേക്ക് എറിഞ്ഞു. അയാൾക്ക് യാതൊരു പ്രതീക്ഷയും ഇല്ലായിരുന്നെങ്കിലും ഉറച്ച മനസ്സോടെയും വർദ്ധിച്ച പകയോടെയും ആയിരുന്നു അയാൾ അതിനെ ആക്രമിക്കാൻ ആരംഭിച്ചത്.

അല്പസമയത്തിനകം ആ സ്രാവ് ജലോപരിതലത്തിലേക്ക് ഉയർന്നുപൊങ്ങി. അവന്റെ കണ്ണുകൾ നിർജ്ജീവമായിരിക്കുന്നത് അയാൾ കണ്ടു. ചരടിന്റെ രണ്ടു കുരുക്കുകളിൽ സ്വയം ചുറ്റിവരിഞ്ഞുകൊണ്ട് ഒരു പ്രാവശ്യം കൂടി അവൻ പൊങ്ങിയാടി. അവന്റെ കഥ കഴിയാറായെന്ന് അയാൾക്ക് മനസ്സിലായി. എന്നാൽ അതു സമ്മതിച്ചു തരാൻ സ്രാവ് ഒരുക്കമല്ലായിരുന്നു. മലർന്നു കിടന്ന് വാലിട്ടടിച്ചും താടിയെല്ലുകൾ കൂട്ടിക്കടിച്ച് ഒരു യന്ത്രബോട്ടുപോലെ അവൻ വെള്ളം ഇളക്കിമറിച്ചു. അവൻ വാലിട്ടടിക്കുന്ന സ്ഥലത്തെ വെള്ളം പതഞ്ഞ് വെളുത്ത നിറമായി മാറി. ശരീരത്തിന്റെ മൂന്നിൽ നാലുഭാഗവും ജലപ്പരപ്പിൽ കാണപ്പെട്ടു. പെട്ടെന്ന് ചരട് വലിഞ്ഞു മുറുകി. പിന്നീടത് പൊട്ടിപ്പോയി. അത് ജലപ്പരപ്പിൽ അനങ്ങാതെ കിടക്കുന്നത് അയാൾ നോക്കി നിന്നു. സാവധാനത്തിൽ അത് സമുദ്രത്തിന്റെ അഗാധതയിലേക്ക് ആണ്ടു പോയി.

നാല്പത് പൗണ്ടോളം അത് കടിച്ചെടുത്ത് കൊണ്ടു പോയല്ലേ. അയാൾ ഉറക്കെ പറഞ്ഞു. "എന്റെ ചാട്ടുളിയും ചരടും അവൻ കൊണ്ടുപോയി. എന്റെ മീൻ ചോരയൊലിപ്പിച്ചു കൊണ്ടിരിക്കുകയാണ്. മറ്റു മീനുകൾ തീർച്ചയായും പുറകെ എത്തും."

മീൻ ആകെ കടിച്ചുകീറപ്പെട്ടതിനാൽ അതിനുനേരെ നോക്കാൻ

അയാൾ ആഗ്രഹിച്ചില്ല. മീനിന്റെ ശരീരത്തിനേറ്റ ഓരോ മുറിവും തനിക്കേറ്റ മുറിവായിട്ടാണ് അയാൾക്കു തോന്നിയത്.

എന്നാൽ തന്റെ മീനിനെ ആക്രമിച്ച സ്രാവിനെ താൻ കൊന്നു. അയാൾ ചിന്തിച്ചു. താൻ കണ്ടിട്ടുള്ളതിൽ വച്ച് ഏറ്റവും അക്രമണകാരിയാണവൻ. എത്രമാത്രം ഭീമാകാരനാണ് അവൻ എന്ന് ദൈവത്തിനു മാത്രമേ അറിയൂ.

എല്ലാം അവസാനിപ്പിക്കുവാൻ അവൻ ധാരാളം മതിയായിരുന്നു. അയാൾ വിചാരിച്ചു. ഇതെല്ലം ഒരു സ്വപ്നമായിരുന്നെങ്കിൽ എന്ന് ഞാൻ ഇപ്പോൾ ആഗ്രഹിക്കുന്നു. ഞാൻ ഈ മീനിനെ പിടിക്കാൻ ശ്രമിക്കാതെ കുടിലിലെ മെത്തയിൽ പത്രക്കടലാസുകൾക്കു മുകളിൽ തനിച്ചു കിടക്കുകയായിരുന്നെങ്കിൽ!

“എന്നാൽ മനുഷ്യർ സൃഷ്ടിക്കപ്പെട്ടത് പരാജയപ്പെടാനല്ല” ആയാൾ പറഞ്ഞു. “ഒരു മനുഷ്യനെ നശിപ്പിക്കാനായേക്കും. എന്നാൽ അവനെ തോല്പിക്കാൻ ആവില്ല.” എങ്കിലും ആ മീനിനെ കൊന്നതിൽ എനിക്ക് ദുഃഖമുണ്ട്. ഇനി ഇപ്പോൾ ചീത്ത സമയമാണ് വരാൻ പോകുന്നത്. എന്റെ കൈയിലെ ചാട്ടുളിപോലും നഷ്ടപ്പെട്ടു കഴിഞ്ഞിരിക്കുന്നു. ക്രൂരനായ ആ സ്രാവ് തെമ്മാടിയും സമർത്ഥനും ശക്തനും അതീവ ബുദ്ധിശാലിയും ആണ്. എന്നാൽ അവനേക്കാൾ ബുദ്ധിമാനായിരുന്നു ഞാൻ. ചിലപ്പോൾ അങ്ങനെ അല്ലെന്നും വരാം. എന്റെ കൈവശം ആയുധങ്ങൾ ഉണ്ടായിരുന്നതുകൊണ്ടാകാം.

“നീ എന്തിനാണ് വെറുതെ ഓരോന്ന് ചിന്തിച്ചു കൊണ്ടിരിക്കുന്നത്?” വൃദ്ധൻ സ്വയം ചോദിച്ചു. “ഇതേ രീതിയിൽത്തന്നെ യാത്ര തുടരൂ. വരുന്നേടത്തുവച്ചു കാണാം.”

എന്നാലും എനിക്ക് ചിന്തിക്കാതിരിക്കുവാൻ സാധിക്കുകയില്ല. കാരണം ചിന്തകൾ മാത്രമാണ് ബാക്കിയുള്ളത്. പിന്നെ ബേസ്ബോളും. ഞാൻ ആ കൂറ്റൻ സ്രാവിന്റെ തലയിൽ പ്രഹരിച്ച രീതിയെ മഹാനായ ഡിമാഗിയോ എങ്ങനെ ആയിരിക്കും വിലയിരുത്തുക എന്ന് ഞാൻ അത്ഭുതപ്പെടുന്നു. അല്ലെങ്കിൽ അതത്ര മഹത്തായ കാര്യമൊന്നും അല്ല. ഏതൊരാൾക്കും ചെയ്യാവുന്നതേയുള്ളു. അസ്ഥി മുള്ള് പോലെ ഒരു രോഗം എന്റെ കൈകൾക്ക് വരും എന്ന് ആരെങ്കിലും വിചാരിക്കുന്നുണ്ടോ? എന്തായാലും എനിക്കറിയില്ല. ഒരിക്കൽ ഒരു തിരണ്ടി മത്സ്യം കൊത്തിയ സന്ദർഭത്തിലൊഴികെ എന്റെ പാദങ്ങൾക്ക് കുഴപ്പമുണ്ടായിട്ടില്ല അവൻ നീന്തിക്കൊണ്ടിരിക്കുമ്പോൾ ഞാൻ അവന്റെ പുറത്ത് ചവുട്ടിയ അവസരത്തിലായിരുന്നു അത്. ആ സമയത്ത് പാദത്തിന്റെ അടിയിൽ മരവിപ്പ് അനുഭവപ്പെടുകയും അസ്സഹനീയമായ വേദന ഉണ്ടാവുകയും ചെയ്തു.

“മനസ്സിന് ആനന്ദം നല്കിയ എന്തെങ്കിലും കാര്യങ്ങളെ കുറിച്ച്

ചിന്തിക്കൂ മനുഷ്യാ..." അയാളുടെ മനസ്സ് പറഞ്ഞു. "ഇപ്പോൾ ഓരോ നിമിഷത്തിലും നിങ്ങൾ വീടിനോട് അടുത്തുകൊണ്ടിരിക്കുകയാണ്. നാൽപ്പതു പൗണ്ട് ഭാരം കുറഞ്ഞതുകൊണ്ട് കൂടുതൽ ആയാസരഹിതമാണ് നിങ്ങളുടെ യാത്ര."

ജലപ്രവാഹത്തിന്റെ അടിത്തട്ടിലെത്തുമ്പോൾ എന്താണ് സംഭവിക്കുക എന്ന് അയാൾക്ക് നന്നായി അറിയാമായിരുന്നു. എന്നാൽ ഇപ്പോഴിനി ഒന്നും ചെയ്യാനില്ല.

"ഉണ്ട്. തീർച്ചയായും ചെയ്യാനുണ്ട്." അയാൾ ഉറക്കെ പറഞ്ഞു. "പങ്കായത്തിന്റെ പിടിയിൽ എന്റെ കത്തി വച്ചു കെട്ടാം."

കൈകൾക്കു താഴെയായി ചാട്ടുളിയും കാലിനു താഴെ തോണിപ്പായയുടെ ചരടും അമർത്തിപ്പിടിച്ചുകൊണ്ട് അയാൾ അത് ചെയ്തു.

"ഞാൻ ഇപ്പോഴും വൃദ്ധനാണ്. എന്നാൽ എന്നെ സഹായിക്കുവാൻ ആയുധങ്ങൾ ഉണ്ട്."

സാവധാനത്തിൽ വീശിയടിച്ചുകൊണ്ടിരുന്ന കടൽക്കാറ്റേറ്റ് അവർ അനായാസമായി യാത്ര തുടർന്നു. മീനിന്റെ മുൻഭാഗത്തേക്ക് മാത്രമായി അയാൾ ശ്രദ്ധ കേന്ദ്രീകരിച്ചു. അതോടെ നഷ്ടപ്പെട്ട പ്രതീക്ഷകൾ കുറെയെല്ലാം തിരികെ വന്നു.

പ്രതീക്ഷകൾ നഷ്ടപ്പെടുത്തുന്നത് മണ്ടത്തരമാണെന്ന് അയാൾ വിചാരിച്ചു. മാത്രമല്ല അതൊരു പാപം കൂടിയാണ്. എന്നാൽ ഇപ്പോൾ പാപത്തെക്കുറിച്ച് ചിന്തിക്കാതിരിക്കുകയാണ് നല്ലത്. അയാൾ മനസ്സിൽ പറഞ്ഞു. പാപത്തെ കൂടാതെതന്നെ നിരവധി പ്രശ്നങ്ങളുണ്ടല്ലോ. മാത്രമല്ല, തനിക്കാണെങ്കിൽ അതേ കുറിച്ച് വലിയ പിടിപാടുമില്ല.

എനിക്ക് പാപത്തെക്കുറിച്ച് വലിയ ധാരണ ഒന്നും ഇല്ല. ഞാൻ അതിൽ വിശ്വസിക്കുന്നുണ്ടോ എന്നുതന്നെ അറിയില്ല. മത്സ്യത്തെ കൊല്ലുന്നത് ഒരു പാപപ്രവൃത്തിയാണോ? അങ്ങനെയെങ്കിൽ എല്ലാം പാപപ്രവൃത്തി തന്നെയാണ്. എന്റെ ജീവൻ നിലനിർത്തുന്നതിന് വേണ്ടിയും മറ്റനേകം ആളുകൾക്ക് ഭക്ഷണം നല്കുന്നതിനു വേണ്ടിയും ആണ് ഞാൻ അതിനെ കൊന്നത്. അതെന്റെ അഭിമാനപ്രശ്നം കൂടി ആയിരുന്നു. കാരണം എന്റെ കർമ്മം മീൻ പിടിക്കുക എന്നതാണ്. അവൻ ജീവനോടെ ഇരിക്കുമ്പോഴും അതിനുശേഷവും അവനെ സ്നേഹിച്ചു. നീ അവനെ സ്നേഹിക്കുകയാണെങ്കിൽ, അവനെ കൊല്ലുന്നത് പാപമല്ല. അല്ലെങ്കിൽ അതിനപ്പുറം എന്തെങ്കിലും ആണോ?

"വൃദ്ധാ... നീ ആവശ്യത്തിലധികം ചിന്തിച്ചു കൂട്ടുന്നു." അയാൾ ഉച്ചത്തിൽ പറഞ്ഞു. അവൻ അർഹിക്കുന്ന മരണം തന്നെ ഞാൻ അവന് നല്കി.

എല്ലാവരും ഒരു തരത്തിൽ അല്ലെങ്കിൽ മറ്റൊരു വിധത്തിൽ കൊല്ലപ്പെടുന്നവരാണ്. മീൻപിടുത്തം ജീവൻ നിലനിർത്തുന്നതോടൊപ്പം തന്നെ

എന്നെ കൊല്ലുന്നുമുണ്ട്. അതുപോലെ മനോളിൻ എന്ന കുട്ടി എന്റെ ജീവൻ സംരക്ഷിച്ചു നിർത്തുന്നു. അരുത്... ഞാനിങ്ങനെ എന്നെ വേണ്ടതിലധികം വഞ്ചിച്ചുകൂടാ.

അയാൾ തോണിയുടെ ഒരു ഭാഗത്തേക്ക് കുനിഞ്ഞ് സ്രാവ് കടിച്ചു മുറിച്ചെടുത്തിടത്തു നിന്ന് ഒരു കഷണം വലിച്ചു പറിച്ചെടുത്ത് ചവച്ച് അതിന്റെ ഗുണവും സ്വാദും മനസ്സിലാക്കി. നല്ല കടുപ്പമുള്ളതും സത്തുള്ളതും ആയിരുന്നു അത്. എന്നാൽ അതിന് ചുവപ്പുനിറമായിരുന്നില്ല. നാര് ഒട്ടും തന്നെയില്ല. അതുകൊണ്ടുതന്നെ ചന്തയിൽ എത്തിച്ചാൽ നല്ല വില കിട്ടും. എന്നാൽ അതിന്റെ ഗന്ധം വെള്ളത്തിൽ കലരാതിരിക്കുവാൻ യാതൊരു മാർഗ്ഗവും ഉണ്ടായിരുന്നില്ല. ഇനിയും കൂടുതൽ മോശം സമയം തനിക്ക് വരാനിരിക്കുന്നതേയുള്ളു എന്ന് അയാൾക്ക് അറിയാമായിരുന്നു.

മന്ദമാരുതൻ വീശിക്കൊണ്ടിരുന്നു. വടക്കുഭാഗത്തേക്ക് അല്പം ചാഞ്ഞാണ് കാറ്റു വീശിയിരുന്നത്. കാറ്റ് തുടർന്നുകൊണ്ടിരിക്കും എന്നതിന്റെ സൂചനയാണ് അതെന്ന് അയാൾക്ക് അറിയാം. അയാൾ മുന്നോട്ടു നോക്കി. അവിടെ തോണിപ്പായകളോ ഏതെങ്കിലും കപ്പലിന്റെ ഭാഗങ്ങളോ അല്ലെങ്കിൽ പുകക്കുഴലോ ഒന്നുംതന്നെ കാണാൻ ഉണ്ടായിരുന്നില്ല. മുന്നിൽ തോണിയുടെ അണിയത്തുനിന്നും ഉയർന്നു വന്ന് ഇരുവശങ്ങളിലും അകലേക്കു യാത്ര ചെയ്യുന്ന പറക്കും മീനുകളും മഞ്ഞ നിറത്തിലുള്ള കടൽപ്പായലുകളും മാത്രം. ഒരു കുഞ്ഞിക്കിളിയെ പോലും അയാൾക്ക് അവിടെ കാണാൻ സാധിച്ചില്ല

അമരത്തിരുന്ന് അയാൾ തോണി തുഴഞ്ഞു ഇടയ്ക്ക് വിശ്രമിച്ചു. മീൻകഷണങ്ങൾ ചവച്ചുകൊണ്ട് ഏതാണ്ട് രണ്ടുമണിക്കൂർനേരം അങ്ങനെ കഴിഞ്ഞു. അങ്ങനെ വിശ്രമിക്കാനും കൂടുതൽ കരുത്തു നേടാനും ശ്രമിച്ചുകൊണ്ടിരിക്കേ രണ്ടു സ്രാവുകൾ വന്നു. അതിൽ മുന്നിൽ നീന്തിയിരുന്നതിനെ അയാൾ ആദ്യമായി കണ്ടു

“ഏയ്...” അയാൾ വിളിച്ചു കൂവി. ആ ശബ്ദത്തിന്റെ അർത്ഥം കണ്ടെത്താൻ സാധിക്കുകയില്ല. തന്റെ കൈവെള്ളയിലൂടെ ആണി കയറി പലകയിൽ തറയ്ക്കുമ്പോൾ ഒരു മനുഷ്യൻ താനറിയാതെ പുറപ്പെടുവിക്കുന്ന ശബ്ദമായിരുന്നു അത്.

“തെമ്മാടി...” അയാൾ ഉച്ചത്തിൽ വിളിച്ചു. ആദ്യം കണ്ട സ്രാവിനു പിന്നാലെ രണ്ടാമത്തെ സ്രാവിന്റെ ചിറകുകൾ ഉയർന്നു വരുന്നത് അയാൾ കണ്ടു. തവിട്ടു നിറമാർന്ന ത്രികോണാകൃതിയിൽ ഉള്ള ചിറകുകളും വാലിന്റെ വീശിയടിക്കുന്നതുപോലുള്ള ചലനങ്ങളും കൊണ്ട് അവ ഏതു വിഭാഗത്തിൽപെട്ട സ്രാവുകളാണെന്ന് അയാൾക്ക് തിരിച്ചറിയുവാൻ സാധിച്ചു. ചോരയുടെ മണം അവയെ ഉന്മത്തരാക്കിയിരുന്നു എന്ന കാര്യം അയാൾ മനസ്സിലാക്കി. അതിയായ വിശപ്പിന്റെ

ആർത്തി കൊണ്ട് ആ ഗന്ധം അവർക്ക് ചിലപ്പോഴെല്ലാം നഷ്ടപ്പെട്ടിരുന്നു. ആവേശം വരുമ്പോൾ അവ ആ ഗന്ധത്തിന്റെ ഉറവിടം കണ്ടെത്തുകയും ചെയ്തിരുന്നു. അതടുത്തേക്കടുത്തേക്ക് വന്നു കൊണ്ടിരുന്നു.

അയാൾ കാറ്റുപായ ചേർത്തു കെട്ടി. കൈകൾ സാവധാനത്തിൽ ഉയർത്തി. തുടർന്ന് കൈകൾ ചുരുട്ടുകയും നിവർക്കുകയും ചെയ്തു. അയാൾ സ്രാവുകളുടെ ഗതി സൂക്ഷ്മമായി നിരീക്ഷിച്ചു. അവയുടെ കൂർത്ത തലയും അറ്റം വെളുത്ത വിശാലമായ ചെകിളപ്പൂക്കളും ഇപ്പോൾ അയാൾക്ക് വ്യക്തമായി കാണാൻ സാധിക്കുമായിരുന്നു. ദുർഗ്ഗന്ധമുള്ള വയും കൊലയാളികളും ശവം തീനികളും വെറുപ്പുളവാക്കുന്നവയുമായ സ്രാവുകളായിരുന്നു അവ.. ആ കൊലയാളി സ്രാവുകൾക്ക് വിശന്നാൽ അവ തോണിയുടെ നങ്കൂരമോ പങ്കായമോ കടിച്ചെടുക്കുവാൻ മടിക്കുകയും ഇല്ല. ജലോപരിതലത്തിൽ കിടന്നുറങ്ങുന്ന ആമകളുടെ കാലും ചിറകുകളും കടിച്ചുമുറിച്ചെടുക്കുന്നതും ഇവറ്റകളാണ്. വിശന്നിരിക്കുമ്പോൾ, വെള്ളത്തിൽ വച്ച് കിട്ടുകയാണെങ്കിൽ അവ മനുഷ്യനെ കൂടി ആക്രമിക്കുമായിരുന്നു.

അയാൾ വിളിച്ചു. "എടാ തെമ്മാടീ ഇങ്ങ് അടുത്തേക്ക് വരൂ..."

അവ വന്നു. എന്നാൽ മാകോ സ്രാവ് വന്നപോലെ ആയിരുന്നില്ല അവരുടെ വരവ്. അതിൽ ഒരെണ്ണം തിരിഞ്ഞ് വഞ്ചിക്കടിയിൽ അപ്രത്യക്ഷമായി.

അവൻ മീനെ കടിച്ചു വലിക്കുകയും മാംസം കടിച്ചെടുക്കുകയും ചെയ്തു. വഞ്ചി ഇളകുന്നതായി അയാൾക്ക് അനുഭവപ്പെട്ടു. അയാൾ തുഴയുടെ മേൽ വച്ചുകെട്ടിയ കത്തി ആ കൂറ്റൻ മീനിന്റെ ശരീരത്തിൽ കുത്തിയിറക്കി. കത്തി വലിച്ചൂരിയെടുത്ത് മീനിന്റെ മഞ്ഞനിറമുള്ള പൂച്ചക്കണ്ണുകളിൽ വീണ്ടും ആഴ്ത്തി. ആ സ്രാവ് മത്സ്യത്തിൽ നിന്നും പിടിവിട്ട്, താൻ കടിച്ചെടുത്ത മാംസക്കഷണം വിഴുങ്ങിക്കൊണ്ട് മുങ്ങി താഴ്ന്ന് ജീവൻ വെടിഞ്ഞു.

മറ്റേ സ്രാവ് മീനിന്റെ മേൽ ആക്രമണം നടത്തിക്കൊണ്ടിരുന്നതിനാൽ തോണി അപ്പോഴും കുലുങ്ങിക്കൊണ്ടിരുന്നു. അയാൾ കാറ്റുപായയുടെ കയറിൽ നിന്ന് കൈ വിട്ടു. തോണി രണ്ടു ഭാഗത്തേക്കും ഉലച്ച് സ്രാവിനെ പുറത്തു കൊണ്ടുവരികയായിരുന്നു ലക്ഷ്യം. സ്രാവിനെ കണ്ടപ്പോൾ അയാൾ വഞ്ചിയുടെ ഒരു വശത്തേക്ക് കുനിഞ്ഞ് അവനെ കുത്തി. മാംസളമായ ഭാഗത്താണ് കുത്തിയതെങ്കിലും, തൊലി നല്ല കട്ടിയുള്ളതായതിനാൽ കത്തി വളരെ കുറച്ചുമാത്രമേ അകത്തേക്ക് കയറിയുള്ളു. അയാളുടെ തോളും കൈകളും ഒരുപോലെ വേദനിച്ചു. സ്രാവിന്റെ തല വെള്ളത്തിനു മുകളിലേക്ക് ഉയർന്നു വന്നത് ഞൊടിയിടയിലാണ്. അവന്റെ മൂക്ക് മത്സ്യത്തെ സ്പർശിച്ച നിമിഷത്തിൽത്തന്നെ,

അയാൾ അവന്റെ മേൽഭാഗം പരന്ന തലയുടെ നടുവിൽ കുത്തി. എന്നിട്ടും അവൻ മത്സ്യത്തിനുമേൽ കടിച്ചു തൂങ്ങി കിടന്നു. അയാൾ അവന്റെ ഇടത്തേ കണ്ണിൽ കത്തി കുത്തിയിറക്കി. എന്നിട്ടും സ്രാവ് വിടാൻ തയ്യാറായില്ല. അത് അവിടെത്തന്നെ കടിച്ചു തൂങ്ങി കിടന്നു.

"നീ വിടില്ല അല്ലേ?" അയാൾ ചോദിച്ചു.

സ്രാവിന്റെ തലച്ചോറിനു സമീപത്തായി അയാൾ കത്തികുത്തിയിറക്കി. അത് വളരെ എളുപ്പമുള്ള ഒരു ജോലിയായിരുന്നു. അവന്റെ മൃദുവായ അസ്ഥികൾ നുറുങ്ങുന്നതായി അയാൾക്ക് അനുഭവപ്പെട്ടു. അയാൾ പങ്കായം പുറകോട്ട് ചലിപ്പിച്ചു. സ്രാവിന്റെ താടിയെല്ലുകൾ തുറന്നു കാട്ടുന്നതിനു വേണ്ടി കത്തി അതിന്റെ വായിലേക്ക് കടത്തിയ ശേഷം തിക്കി തിരക്കി. സ്രാവ് മത്സ്യത്തിനു സമീപത്തുനിന്നും ഊർന്നിറങ്ങിപ്പോയി.

"നീ പോകൂ, ഒരു നാഴിക ആഴത്തിലേക്ക് പോയി നിന്റെ സുഹൃത്തിനെ അല്ലെങ്കിൽ നിന്റെ അമ്മയാണോ അത്? എന്തായാലും പോയി കാണൂ..." അയാൾ പറഞ്ഞു.

അയാൾ കത്തിയുടെ അലകും പിടിയും തുടച്ച ശേഷം പങ്കായം താഴെ വച്ചു. തോണിപ്പായ കാറ്റ് പിടിച്ച് നിറഞ്ഞു. തോണിയുടെ പോക്കിനനുസരിച്ച് അയാൾ അതിനെ നയിച്ചു.

"അവ മത്സ്യത്തിന്റെ ഏറ്റവും നല്ല ഭാഗം നോക്കി നാലിലൊരു ഭാഗം കൊണ്ടു പോയിട്ടുണ്ടാകും." അയാൾ അലറി വിളിച്ചുകൊണ്ട് പറഞ്ഞു.

അതൊരു സ്വപ്നമായിരുന്നെങ്കിൽ എന്ന് അയാൾ ആശിച്ചു. താൻ ആ മീനിനെ ചൂണ്ടയിട്ട് പിടിച്ചില്ലായിരുന്നെങ്കിലും എന്നും.

"അല്ലയോ മത്സ്യമേ എനിക്കതിൽ ദുഃഖമുണ്ട്. അതാണ് എല്ലാ പ്രശ്നങ്ങൾക്കും കാരണം."

ആ മത്സ്യത്തിനുനേരെ നോക്കാൻ അയാൾ മടിച്ചു. അത് ചോരച്ചാലുകൾ ഒഴുക്കി തിരകളിൽ ആടി നിന്നു.. മുഖക്കണ്ണാടിയുടെ പിൻഭാഗത്ത് പൂശിയ വെള്ള നിറമായിരുന്നു അതിന് . അവന്റെ ശരീരത്തിലെ വരകൾ അപ്പോഴും തെളിഞ്ഞു കാണാമായിരുന്നു.

"അല്ലയോ മത്സ്യമേ, ഒരിക്കലും ഇത്രയും ദൂരത്തേക്ക് ഞാൻ പോകരുതായിരുന്നു. അത് നിനക്കു വേണ്ടിയും ആയിരുന്നില്ല എനിക്ക് വണ്ടിയും ആയിരുന്നില്ല. എങ്കിലും ഞാനതിൽ വല്ലാതെ ദുഃഖിക്കുന്നു."

അയാൾ സ്വയം ശാസിച്ചു. കത്തി വച്ചുകെട്ടിയത് ശരിയായ രീതിയിൽ തന്നെ അല്ലേ, എന്നു പരിശോധിക്കൂ. അത് പൊട്ടിപ്പോയോ എന്നു നോക്കൂ. അതിനുശേഷം കൈ നേരെ പിടിക്ക... ഇനിയും ധാരാളം സ്രാവുകൾ വരാനിരിക്കുന്നുണ്ട്.

കത്തി അണയ്ക്കാൻ ഒരു കല്ലുണ്ടായിരുന്നെങ്കിൽ തുഴത്തണ്ടിലെ കെട്ട് പരിശോധിച്ചശേഷം അയാൾ പറഞ്ഞു. "ഞാൻ ഒരു കല്ലു കൊണ്ടു

വരേണ്ടതായിരുന്നു. അതു മാത്രമല്ല, വേറെയും നിരവധി സാധനങ്ങൾ കൊണ്ടുവരേണ്ടതായിരുന്നു." അയാൾ വിചാരിച്ചു.

"എന്നാൽ നിങ്ങൾ അതൊന്നും കൊണ്ടുവന്നില്ലല്ലോ മനുഷ്യാ... നിന്റെ കൈയിൽ എന്തൊക്കെയാണ് ഇല്ലാത്തതെന്ന് ആലോചിക്കേണ്ട സമയമല്ല ഇത്. ഇവിടെ ഉള്ളതുകൊണ്ട് നിങ്ങൾക്ക് എന്തു ചെയ്യാമെന്ന തിനെ കുറിച്ചാണ് ഇപ്പോൾ ചിന്തിക്കേണ്ടത്."

"മനസ്സേ നീയെനിക്ക് ഒരു പാട് സദുപദേശം നല്കുന്നു." അയാൾ ഉച്ചത്തിൽ പറഞ്ഞു. "ഇനി മതി ആ ഉപദേശം കേട്ട് ഞാൻ മടുത്തിരി ക്കുന്നു."

വഞ്ചി മുന്നോട്ടു നീങ്ങിക്കൊണ്ടിരിക്കേ അയാൾ രണ്ടു കൈകളും വെള്ളത്തിൽ മുക്കി. .

"അവസാനം വന്നവൻ എത്ര മാത്രം മാംസം കടിച്ചെടുത്തിട്ടുണ്ടാ കുമെന്ന കാര്യം ദൈവത്തിനു മാത്രം അറിയാം. എന്നാൽ ഇപ്പോൾ വഞ്ചി യുടെ ഭാരം വളരെയധികം കുറഞ്ഞിരിക്കുന്നു." മീനിന്റെ കീറി മുറിച്ച് വികൃതമാക്കപ്പെട്ട കീഴ്ഭാഗത്തെ കുറിച്ച് ആലോചിക്കുവാൻ അയാൾ മിനക്കെട്ടില്ല. സ്രാവിന്റെ ഓരോ കുതിച്ചു ചാട്ടത്തിലും മാംസം മുറിഞ്ഞു പോയിട്ടുണ്ടെന്നും, മത്സ്യം ഇപ്പോൾ എല്ലാ സ്രാവുകൾക്കുമായി ഒരു ദേശീയ പാതയോളം വിശാലമായ ചോരച്ചാൽ കടലിൽ ഉണ്ടാക്കിയിട്ടു ണ്ടെന്നും അയാൾക്ക് അറിയാമായിരുന്നു.

ഒരു മനുഷ്യന് തണുപ്പുകാലത്തേക്ക് മുഴുവൻ തികയുമായിരുന്നു ഈ മത്സ്യം. അയാൾ ചിന്തിച്ചു. ഇനി അതിനെ കുറിച്ച് ചിന്തിച്ചിട്ട് കാര്യ മില്ല. തല്ക്കാലം വിശ്രമിക്കുക. അവനിൽ അവശേഷിക്കുന്നതു കാത്തു സൂക്ഷിക്കുവാൻ കഴിയുന്ന വിധത്തിൽ കൈകളെ ഒരുക്കി വയ്ക്കുക വെള്ളത്തിൽ കലർന്ന രക്തത്തിന്റെ ഗന്ധം വച്ചു നോക്കുമ്പോൾ എന്റെ കൈകളിൽ നിന്നും വരുന്ന ഗന്ധം എത്രമാത്രം നിസ്സാരമാണ്. മാത്രമല്ല, കൈകളിൽനിന്നും ഇപ്പോൾ അധികം ചോര ഒലിക്കുന്നില്ല. ഇപ്പോൾ കൈയിന് അധികം മരവിപ്പ് അനുഭവപ്പെടുന്നില്ല.

ഇനി ഇപ്പോൾ ഞാൻ എന്തിനെ കുറിച്ചായിരിക്കും ചിന്തിക്കുക? അയാൾ ആലോചിച്ചു. ഒന്നുമില്ല. അടുത്തവന്റെ വരവിനായി കാത്തിരി ക്കുകയല്ലാതെ തനിക്ക് മറ്റൊന്നിനെ കുറിച്ചും ചിന്തിക്കാനില്ല. ഇതെല്ലാം ശരിക്കും സ്വപ്നം മാത്രമായിരുന്നെങ്കിൽ എന്ന് ഞാൻ ആഗ്രഹിച്ചു പോകുന്നു. ആർക്കറിയാം? ചിലപ്പോൾ ഇതെല്ലാം ശുഭകരമായി അവ സാനിച്ചു എന്നും വരാം.

അടുത്ത തവണ വന്നത് ഏകനായി സഞ്ചരിക്കുന്ന ഒരു കരടിമൂ ക്കൻ സ്രാവായിരുന്നു. വലിയ വെള്ളത്തൊട്ടിയിൽ തലയിടാൻ വരുന്ന ഒരു പന്നിയെപോലെ അവൻ വഞ്ചിയുടെ സമീപത്ത് എത്തി. അയാൾ

അവനെ മത്സ്യത്തെ ആക്രമിക്കുവാൻ അനുവദിച്ചു. തുടർന്ന് പങ്കായത്തിലെ കത്തി അവന്റെ തലച്ചോറിലേക്ക് കുത്തിയിറക്കി. സ്രാവ് പിറകോട്ടു വെട്ടിത്തിരിഞ്ഞ് ഉരുണ്ടു മറിഞ്ഞ് അകന്നു. അപ്പോൾ കത്തിയുടെ വായ്ത്തല അറ്റുപോയി.

അയാൾ വീണ്ടും വഞ്ചി നിയന്ത്രിക്കുന്നതിൽ വ്യാപൃതനായി. സ്രാവ് ആദ്യം അതിന്റെ പൂർണ്ണ രൂപം കാണിച്ചു. പിന്നെ ചെറുതായി അവസാനം ഒരു ബിന്ദുവായി സാവധാനത്തിൽ കടലിൽ മുങ്ങി പോകുന്നതുപോലും അയാൾ ശ്രദ്ധിക്കുകയുണ്ടായില്ല. അയാളെ എല്ലായിപ്പോഴും വിസ്മയിപ്പിച്ചിരുന്ന കാഴ്ചയാണ്. എന്നാൽ ഇപ്പോൾ അയാൾ അങ്ങോട്ടു നോക്കുകപോലും ചെയ്തില്ല.

"ഇനി എന്റെ കൈവശമുള്ളത് പായക്കോൽ മാത്രമാണ്." അയാൾ സ്വയം പറഞ്ഞു. "എന്നാൽ അതുകൊണ്ടൊന്നും കാര്യമില്ല. രണ്ടു പങ്കായങ്ങളും ചാട്ടുളിയും ഒരു ചെറിയ ദണ്ഡും കൂടി ഉണ്ട്. അതുകൊണ്ടു മതിയാകും."

ഇപ്പോൾ അവർ എന്നെ തോല്പിച്ചിരിക്കുന്നു. സ്രാവുകളെ അടിച്ചു കൊല്ലാൻ കഴിയുന്ന എന്റെ പ്രായമെല്ലാം കഴിഞ്ഞുപോയിരിക്കുന്നു. എന്നാൽ എന്റെ കൈവശം പങ്കായങ്ങളും ചെറിയ ദണ്ഡും ചാട്ടുളിയും ഉള്ളിടത്തോളം കാലം ഞാനൊരിക്കലും പിന്മാറുകയില്ല.

അയാൾ തന്റെ കൈകൾ വീണ്ടും വെള്ളത്തിൽ മുക്കി. നേരം ഉച്ച കഴിഞ്ഞു. വിശാലമായ കടലും നീലാകാശവും അല്ലാതെ യാതൊന്നും ദൃഷ്ടിപഥത്തിൽ ഇല്ല. കാറ്റ് പൂർവ്വാധികം ശക്തിയായി വീശിയടിക്കുന്നുണ്ട്. ഇനി വളരെ വേഗം കര കണ്ടെത്താനാകുമെന്ന് അയാൾ പ്രത്യാശിച്ചു.

"വൃദ്ധനായ മനുഷ്യാ... നിങ്ങൾ വളരെയധികം ക്ഷീണിതനാണ്." അയാളുടെ മനസ്സ് മന്ത്രിച്ചു കൊണ്ടിരുന്നു. "നിങ്ങളുടെ അകവും പുറവും ഒരുപോലെ ക്ഷീണിച്ചിരിക്കുന്നു."

സൂര്യാസ്തമനം ആകുന്നതുവരെ സ്രാവുകൾ ഒന്നും അയാളെ ആക്രമിക്കുവാൻ എത്തിയില്ല.

സമുദ്രജലത്തിൽ മത്സ്യം സൃഷ്ടിച്ചിരിക്കുന്ന വിശാലമായ ചോരച്ചാലിലൂടെ തവിട്ടു നിറത്തിലുള്ള ചിറകുകൾ മുന്നോട്ടു വരുന്നത് അയാളുടെ ദൃഷ്ടിയിൽ പെട്ടു. രക്തത്തിന്റെ ഗന്ധം പിടിച്ചുകൊണ്ട് അവ മുന്നേറുകയായിരുന്നില്ല വഞ്ചിയായിരുന്നു അവരുടെ ലക്ഷ്യം. രണ്ടു ഭാഗങ്ങളിലൂടെയും വഞ്ചിക്കു നേരെ പാഞ്ഞുവരികയായിരുന്നു അവർ.

അയാൾ തോണിപ്പായയുടെ കയർ വലിച്ചുകെട്ടി. ചെറിയ ദണ്ഡ് എടുക്കുന്നതിനുവേണ്ടി അമരത്തിനു താഴെയ്ക്കു കൈ നീട്ടി. പൊട്ടിപ്പോയ പങ്കായത്തിൽ നിന്നും മുറിച്ചെടുത്ത രണ്ടരയടി നീളം വരുന്ന

പിടിയായിരുന്നു അത്. അയാൾ അതെടുത്ത് അമരത്തിനു കീഴെ നിന്നു. എന്നിട്ട് സ്രാവുകളുടെ ഗതി ശ്രദ്ധിച്ചു. രണ്ടു വമ്പൻ സ്രാവുകളായിരുന്നു അവ.

ഒന്നാമനെ ഒരു നല്ല കഷണം വായിലാക്കുവാൻ അനുവദിക്കണം. എന്നിട്ട് അതിന്റെ മൂക്കിന്റെ അറ്റത്തോ, തലയ്ക്കു മുകളിലോ അടിക്കണം. അയാൾ വിചാരിച്ചു.

രണ്ടു സ്രാവുകളും ഒരുമിച്ച് വഞ്ചിയുടെ സമീപത്തേക്കു വന്നു. അയാൾ നോക്കി നില്ക്കുമ്പോൾതന്നെ ഏറ്റവും അടുത്തു വന്നവൻ വായ തുറന്ന് മത്സ്യത്തിന്റെ വെളുത്ത നിറത്തിലുള്ള ഭാഗത്ത് അമർത്തി. അയാൾ കൈയിലെ ചെറിയ ദണ്ഡുയർത്തി സ്രാവിന്റെ വിസ്തൃതമായ തലയ്ക്കു മുകളിൽ ആഞ്ഞടിച്ചു. ദണ്ഡ് താഴേക്കു പതിച്ചപ്പോൾ എല്ലിന്റെ വലുപ്പം അയാൾക്ക് അനുഭവപ്പെട്ടു. സ്രാവ് മത്സ്യത്തിന്റെ പിടി വിട്ട് വഴുതി മാറിയപ്പോൾ അയാൾ മൂക്കിന്റെ അറ്റം നോക്കി ഒരിക്കൽ കൂടി ശക്തിയായി പ്രഹരിച്ചു.

മറ്റേ സ്രാവ് അടുത്തുനിന്നും അകന്നു മാറിയും താടിയെല്ലുകൾ അകത്തി വീണ്ടും സമീപിക്കുകയായിരുന്നു. അവൻ മത്സ്യത്തെ ആഞ്ഞു കടിക്കാൻ താടിയെല്ലുകൾ അടച്ചപ്പോൾ, വായയുടെ അരികുകളിലൂടെ മത്സ്യത്തിന്റെ ശരീരത്തിലെ ഇറച്ചി കഷണങ്ങൾ ചിതറുന്നത് കാണാൻ സാധിച്ചു. അയാൾ അവനു നേരെ കുനിഞ്ഞ് തലയിൽ ശക്തിയായി അടിച്ചു. സ്രാവ് അയാളുടെ നേരെ നോക്കി മാംസത്തിൽനിന്നുള്ള പാത്തയച്ചു. അവൻ കടിച്ചെടുത്ത മാംസം വിഴുങ്ങാൻ അകലേക്കു വഴുതിമാറുമ്പോൾ അയാൾ ദണ്ഡ് താഴ്ത്തി വീശിയടിച്ചു. സ്രാവിന്റെ മൃദുവായ ഭാഗം നോക്കിയായിരുന്നു അയാൾ പ്രഹരിച്ചത്.

“നീ മുന്നോട്ടു വാ... കാണിച്ചു തരാം.” അയാൾ വെല്ലുവിളിച്ചു. “ഒരു പ്രാവശ്യം കൂടി ഒന്നു വന്നു നോക്ക്.”

സ്രാവ് പാഞ്ഞു വന്ന് താടിയെല്ലുകൾ അടയ്ക്കുമ്പോൾ അയാൾ അവനെ ആഞ്ഞു പ്രഹരിച്ചു. തനിക്ക് കഴിയാവുന്നിടത്തോളം ശക്തിയോടെ ദണ്ഡ് ഉയർത്തിക്കൊണ്ടായിരുന്നു പ്രഹരം. ഇപ്രാവശ്യം ദണ്ഡ് തലച്ചോറിനടിയിലെ എല്ലിൽ സ്പർശിച്ചതായി തോന്നി. സ്രാവ് മാംസം കടിച്ചെടുത്ത് മത്സ്യത്തിന്റെ അടുത്തു നിന്നും തെന്നി നീങ്ങാൻ തുടങ്ങവേ അയാൾ അതേ സ്ഥാനത്ത് വീണ്ടും പ്രഹരിച്ചു.

അവൻ വീണ്ടും മുകളിലേക്ക് വരുന്നുണ്ടോ എന്നറിയാനായി അണിയത്തു നിന്നെങ്കിലും പിന്നീട് രണ്ടു സ്രാവുകളെയും കാണാൻ സാധിച്ചില്ല. അല്പസമയത്തിനുശേഷം അവയിൽ ഒരെണ്ണം ജലോപരിതലത്തിൽ വട്ടമിടുന്നത് കണ്ടു. മറ്റതിന്റെ ചിറകുപോലും കണ്ടില്ല.

തനിക്ക് അവയെ കൊല്ലാൻ സാധിക്കുമെന്ന് പ്രതീക്ഷിച്ചു കൂടാ.

അയാൾ ചിന്തിച്ചു. യൗവനകാലത്ത് തനിക്കത് സാധിക്കുമായിരുന്നു. അന്നത് ചെയ്തിട്ടുണ്ടായിരുന്നു. എന്തായാലും രണ്ടിനേയും ഞാൻ തരക്കേടില്ലാത്ത വിധം മുറിവേല്പിച്ചിട്ടുണ്ട്. ദണ്ഡ് രണ്ടു കൈകൊണ്ടും പിടിക്കുവാൻ സാധിച്ചിരുന്നെങ്കിൽ ആദ്യത്തേതിനെ കൊല്ലുമായിരുന്നു എന്നത് തീർച്ചയാണ്.

അയാൾ മീനിനു നേരെ നോക്കാൻ ഒട്ടും ആഗ്രഹിച്ചില്ല. അതിന്റെ പകുതിയിലധികവും നശിപ്പിക്കപ്പെട്ടിരിക്കുന്നത് അയാൾക്ക് അറിയാമായിരുന്നു. സ്രാവുകളുമായി പൊരുതിക്കൊണ്ടിരിക്കുന്നതിനിടയിൽ സൂര്യൻ ചക്രവാളസീമയിൽ പോയി മറഞ്ഞു കഴിഞ്ഞിരുന്നു.

"അല്പസമയത്തിനകം ഇരുട്ടു പരക്കും." അയാൾ സ്വയം പറഞ്ഞു. " അപ്പോൾ എനിക്ക് ഹവാനയുടെ സുവർണ്ണ ശോഭ കാണാൻ സാധിക്കും. കിഴക്കുനിന്നും വളരെ അകലെയാണ് ഞാനെങ്കിൽ പുതിയ കടലോരങ്ങളിൽ ഏതെങ്കിലും ഒന്നിൽനിന്നുള്ള പ്രകാശം എനിക്ക് കാണാൻ സാധിക്കും."

ഇപ്പോൾ ഞാൻ വളരെ അകലെ ഒന്നും ആയിരിക്കുവാൻ സാദ്ധ്യതയില്ല. എന്നെപ്പോലെ ഒരാളും ഇത്രമാത്രം വേവലാതിപ്പെട്ടിരിക്കുകയില്ല. ആ ബാലൻ മാത്രം എന്നെക്കുറിച്ചാലോചിച്ച് വിഷമിച്ചിരിക്കും. എന്നാൽ എന്റെ കഴിവിൽ അവന് വിശ്വാസമുണ്ടായിരിക്കും എന്ന കാര്യം തീർച്ചയാണ്. അനുഭവസമ്പന്നരായ മീൻപിടുത്തക്കാരിൽ ചിലരും വേവലാതിപ്പെടും. ഞാനെന്തായാലും ഭേദപ്പെട്ട ഒരു പട്ടണത്തിലാണല്ലോ ജീവിക്കുന്നത്.

അയാൾക്ക് ഇനി മേലിൽ മത്സ്യവുമായി സംസാരിക്കുക സാദ്ധ്യമല്ല. കാരണം ആ മത്സ്യം പരമാവധി നശിപ്പിക്കപ്പെട്ടിരിക്കുന്നു. എന്നാൽ വളരെ പെട്ടെന്നാണ് മറ്റൊരു കാര്യം അയാളുടെ ശ്രദ്ധയിൽ പെട്ടത്.

"പാതി മീൻ!" അയാൾ പറഞ്ഞു. "കുറച്ചു മുമ്പുവരെ നീ ഒരു പൂർണ്ണമത്സ്യമായിരുന്നു. പുറങ്കടലിൽ വളരെയധികം ദൂരത്തിലേക്ക് പോയതിൽ എനിക്ക് ദുഃഖമുണ്ട്. നമ്മേ രണ്ടുപേരെയും ഞാൻ നശിപ്പിച്ചു. എന്നാൽ നമ്മൾ രണ്ടുപേരും, നീയും ഞാനും വളരെയധികം സ്രാവുകളെ കൊന്നു."

മത്സ്യമേ, നീ ഇതുവരെ എത്രയെണ്ണത്തെ കൊന്നിട്ടുണ്ട്? നിന്റെ തലയിലെ ആ കുന്തം വെറുതെ വച്ചിരിക്കുന്നതാവില്ലല്ലോ.

അയാൾ മത്സ്യത്തെക്കുറിച്ച് ചിന്തിക്കുവാൻ ആഗ്രഹിച്ചു. ഇനി മറ്റൊരു സ്രാവ് സാവകാശം നീന്തിയെത്തി തങ്ങളെ ആക്രമിക്കുകയാണെങ്കിൽ തനിക്ക് എന്തു ചെയ്യാൻ പറ്റും എന്നും അയാൾ ചിന്തിച്ചു. അവനോടു പൊരുതാൻ ഇവന്റെ കൊമ്പ് മുറിച്ചെടുക്കണമായിരുന്നു. എന്നാൽ അതിനുവേണ്ട മഴുവോ കത്തിയോ തന്റെ കൈവശം ഇല്ലാതായിപ്പോയി.

കത്തി ഉണ്ടായിരുന്നെങ്കിൽ താനത് പങ്കായത്തിന്റെ പിരിയോടു ചേർത്തു കെട്ടുമായിരുന്നു. എങ്കിൽ എന്തൊരു ആയുധമായിരുന്നേനേ അത്! നമുക്ക് ഒരുമിച്ച് അവനോട് എതിരിടാമായിരുന്നു. രാത്രിയിലാണ് അവരു വരുന്നതെങ്കിൽ നീ എന്തുചെയ്യും? എന്താണ് നിനക്ക് ചെയ്യാൻ സാധിക്കുക?

"തീർച്ചയായിട്ടും അവനോടു നേർക്കുനേർ പൊരുതും." അയാൾ പ്രഖ്യാപിച്ചു. " മരിച്ചു വീഴുന്നതു വരെ ഞാൻ പൊരുതിക്കൊണ്ടിരിക്കും."

എന്നാൽ ഇപ്പോൾ ഇരുട്ടിൽ പ്രകാശിക്കുന്ന എന്തെങ്കിലും വസ്തുക്കളോ വിളക്കുകളോ യാതൊന്നും തന്നെ കാണാനുണ്ടായിരുന്നില്ല. കടൽക്കാറ്റും കാറ്റുപായയുടെ സമ്മർദ്ദവും മാത്രം അനുഭവപ്പെടുന്നു. ഒരു പക്ഷേ, താൻ ഇപ്പോൾ മരിച്ചു പോയിരിക്കുമോ എന്നു പോലും അയാൾ സംശയിച്ചു. അയാൾ കൈകൾ രണ്ടും ചേർത്തുവച്ച് കൈപ്പത്തികൾ തമ്മിൽ ഉരസി നോക്കി. ഇല്ല.... അവ മരിച്ചിട്ടില്ല. അവ വെറുതെ ചുരുട്ടുകയും നിവർത്തുകയും ചെയ്തുകൊണ്ട് ജീവിതത്തിന്റെ വേദന തിരിച്ചു കൊണ്ടുവരാൻ അയാൾക്ക് സാധിച്ചു. അമരത്തിനുനേരെ പുറം ചാരിയിരുന്ന് താൻ മരിച്ചിട്ടില്ലെന്ന് അയാൾ ഉറപ്പിച്ചു. തോളിന്റെ വേദനയും അയാളെ അത് ബോദ്ധ്യപ്പെടുത്തി.

മീനിനെ പിടിക്കുന്നതിനുവേണ്ടി നേർന്നിട്ടുള്ള പ്രാർത്ഥനകൾ മുഴുവനും ചൊല്ലി തീർക്കണം. അയാൾ ആലോചിച്ചു. എന്നാൽ അവയിപ്പോൾ ഉരുവിടാൻ സാധിക്കാത്ത വിധം ക്ഷീണിതനാണ് താൻ. ഒരു ചാക്കുകഷണമെടുത്ത് തോളുകൾക്കു മുകളിൽ ഇടാൻ സാധിച്ചിരുന്നെങ്കിൽ നന്നായിരുന്നു.

അയാൾ അമരത്തു ചാഞ്ഞു കിടന്നുകൊണ്ട് വഞ്ചിയുടെ ഗതിവേഗം നിയന്ത്രിച്ചു കൊണ്ടിരുന്നു. ഒപ്പം ആകാശത്ത് വന്നെത്തിയേക്കാവുന്ന പ്രകാശത്തെ പ്രതീക്ഷിച്ചു. "അവന്റെ പാതി ഭാഗം മാത്രമേ എനിക്ക് കിട്ടിയിട്ടുള്ളു. അതെങ്കിലും കരയ്ക്കെത്തിക്കുവാൻ എനിക്ക് ഭാഗ്യമുണ്ടായാൽ മതിയായിരുന്നു. കുറച്ചു ഭാഗ്യം എനിക്ക് ഉണ്ടായിരുന്നിരിക്കണം. ഇല്ല ... പുറംകടലിൽ വളരെ ദൂരം പോയതോടെ നീയത് നശിച്ചിച്ചു." അയാൾ സ്വയം പറഞ്ഞു.

"വെറുതെ അർത്ഥമില്ലാത്ത വാക്കുകൾ പുലമ്പാതിരിക്കൂ." അയാൾ ശബ്ദമുയർത്തി പറഞ്ഞു. "ഉണർന്നിരുന്ന് തോണിയുടെ ഗതിവേഗം നിയന്ത്രിക്കൂ. ഇനിയും സൗഭാഗ്യങ്ങൾ നിന്നെ കാത്തിരിക്കുന്നുണ്ടായിരിക്കും."

"സൗഭാഗ്യം വില്ക്കുന്ന ഏതെങ്കിലും സ്ഥലമുണ്ടായിരുന്നെങ്കിൽ എനിക്ക് അവിടെ പോയി കുറച്ച് വാങ്ങാമായിരുന്നു."

"എന്തു പകരം നൽകിയാണ് ഞാനതു വാങ്ങുക?" അയാൾ സ്വയം ചോദിച്ചു. "നഷ്ടപ്പെട്ടുപോയ ഒരു ചാട്ടുളിയും ഒടിഞ്ഞ ഒരു കത്തിയും മുറിവേറ്റ രണ്ടു കൈകളും കൊണ്ട് എനിക്കത് വാങ്ങാൻ സാധിക്കുമോ?"

“തീർച്ചയായിട്ടും നിനക്കതിനു കഴിയും. കടലിൽ കഴിച്ചുകൂട്ടിയ കഴിഞ്ഞ എൺപത്തിനാലു ദിവസങ്ങൾ നീ അതിന് ശ്രമിച്ചു. കടലിൽ വച്ച് മിക്കവാറും അത് നിനക്ക് കൈമാറ്റം ചെയ്തു കഴിഞ്ഞതാണ്.”

“അല്ലെങ്കിൽ ഞാനെന്തിനാണ് ഇപ്പോൾ അസ്സംബന്ധമായ കാര്യങ്ങളെ കുറിച്ച് ചിന്തിക്കുന്നത്.” അയാൾ സ്വയം പറഞ്ഞു.

ഭാഗ്യം പല രൂപത്തിൽ വന്നു കയറും. ഭാഗ്യദേവതയെ തിരിച്ചറിയുവാൻ ആർക്കാണ് സാധിക്കുക? ഏതു രൂപത്തിലായാലും എനിക്കത് കുറച്ചു കൈവശപ്പെടുത്തിയേ മതിയാകൂ. അവർ ആവശ്യപ്പെടുന്ന വില നല്കുകയും ചെയ്യും. ദീപങ്ങളുടെ പ്രഭ എനിക്ക് ഇപ്പോൾ കാണാൻ സാധിച്ചിരുന്നെങ്കിൽ! ധാരാളം കാര്യങ്ങൾ ഞാൻ ആഗ്രഹിക്കുന്നുണ്ട്. എന്നാൽ ഇപ്പോൾ ഞാൻ ആഗ്രഹിക്കുന്നത് ഹവാനയിലെ ദീപങ്ങളിലെ പ്രഭ മാത്രമാണ്. കുറച്ചുകൂടി ആയാസരഹിതമായി അയാൾ തോണി നിയന്ത്രിക്കുവാൻ തുടങ്ങി. വേദന അനുഭവപ്പെട്ടപ്പോൾ അയാൾക്കു തോന്നി താൻ മരിച്ചു പോയിട്ടില്ലെന്ന്! അതെ... താൻ മരിച്ചിട്ടില്ല..

നേരം, രാത്രി പത്തു മണിയോട് അടുത്തു കാണണം. നഗരത്തിലെ ദീപക്കാഴ്ചകളുടെ പ്രഭാപൂരം അയാളുടെ കണ്ണിൽ പെട്ടു. ചന്ദ്രോദയത്തിന്നു തൊട്ടുമുമ്പുള്ള പ്രകാശം പോലെയാണ് അത് ആകാശത്ത് ദൃശ്യമായത്. ശക്തി ആർജ്ജിച്ചു കൊണ്ടിരിക്കുന്ന കടൽക്കാറ്റിന്റെ രൂക്ഷത അനുഭവിക്കുന്ന സമുദ്രത്തിനു കുറുകെ ഇപ്പോഴത് വ്യക്തമായി കാണാൻ സാധിക്കുന്നുണ്ട്. ആ പ്രകാശവലയത്തെ ലക്ഷ്യമാക്കി അയാൾ തോണി തുഴഞ്ഞു. താമസിയാതെ താൻ കരയിൽ ചെന്നെത്തുമെന്ന് അയാൾ പ്രതീക്ഷിച്ചു.

താൻ കരയ്ക്ക് അടുക്കാറായി എന്ന് അയാൾ കരുതി. സ്രാവുകൾ ഇനിയും തന്നെ ആക്രമിക്കുവാൻ സാദ്ധ്യതയുണ്ട്. ഇരുട്ടിൽ എങ്ങനെ അവയോട് എതിർത്തു നില്ക്കും? അതും കൈയിൽ ഒരു ആയുധവും ഇല്ലാതെ?

അയാളാകെ തണുത്ത് മരവിച്ചിരുന്നു. ശരീരമാസകലം മുറിഞ്ഞിരുന്നു. തണുത്തുറഞ്ഞ രാത്രിയിൽ ശരീരത്തിലെ മുറിവേറ്റ ഭാഗങ്ങൾ കൂടുതൽ വേദനിക്കുവാൻ തുടങ്ങി. എനിക്ക് ഇനിയും പൊരുതേണ്ടിവരില്ലെന്ന് തോന്നുന്നു. വീണ്ടും പോരാടേണ്ടിവരരുതെന്ന് ഞാൻ അത്രമാത്രം ആശിക്കുന്നു.

എന്നാൽ നേരം പാതിരയോടടുത്തപ്പോൾ അയാൾക്ക് വീണ്ടും പൊരുതേണ്ടതായി വന്നു. അത് തീർത്തും നിഷ്പ്രയോജനകരമായ ഒരു പോരാട്ടമായിരിക്കുമെന്ന് അയാൾക്ക് അറിയാമായിരുന്നു. ഇത്തവണ ഒരു പറ്റമായാണ് അവ വന്നത്. അവയുടെ ചിറകുകൾ വെള്ളത്തിനു മീതെ തീർത്ത വരകളും അവ മത്സ്യത്തിനു മേൽ ചാടി മറിഞ്ഞപ്പോൾ ഉണ്ടായ

തിളക്കവും മാത്രമേ അയാൾക്ക് കാണാൻ സാധിച്ചുള്ളു. അവയുടെ തല കളിൽ ആഞ്ഞടിച്ചപ്പോൾ താടിയെല്ലുകൾ തമ്മിൽ കൂട്ടിയടിക്കുന്ന ശബ്ദം കേൾക്കാമായിരുന്നു. സ്രാവുകൾ അടിയിലൂടെ നീങ്ങുമ്പോൾ തോണി ഇളകുന്നുണ്ടായിരുന്നു. ഹതാശനായി അയാൾ ശബ്ദം കേൾക്കുന്നി ടത്തോളം അടിച്ചു. ആരോ തന്റെ ദണ്ഡ് പിടിച്ചുവലിക്കുന്നതായി അയാൾക്കു തോന്നി. അവസാനം അതും അയാൾക്ക് നഷ്ടപ്പെട്ടു.

അയാൾ പങ്കായമെടുത്ത് വീശിയടിക്കുകയും ആഞ്ഞു വെട്ടുകയും ചെയ്തു. അപ്പോഴേക്കും സ്രാവുകൾ അണിയത്തിന് അടുത്തെത്തി യിരുന്നു. ഒന്നിനു പുറകേ ഒന്നായി തള്ളിക്കയറി മാംസ കഷണങ്ങൾ ചീന്തിക്കൊണ്ടുപോയി. വീണ്ടും വരുന്നതിനായി അവ പുറംതിരിഞ്ഞ പ്പോൾ ജലോപരിതലത്തിൽ ആ മാംസത്തുണ്ടുകൾ വെട്ടിത്തിളങ്ങി.

അവസാനം മത്സ്യത്തിന്റെ തലയ്ക്കുനേരെ താഴെത്തന്നെ ഒരുത്തൻ വന്നെത്തി. അതോടെ സകലതും അവസാനിച്ചു കഴിഞ്ഞു എന്ന് അയാൾക്ക് ബോദ്ധ്യമായി. മത്സ്യത്തിന്റെ, ഇളകിപ്പോരാൻ വിസമ്മതി ക്കുന്ന കനത്ത തലയോട്ടിയിൽ താടിയെല്ലുകൾ കടിച്ചമർത്തി നില്ക്കുന്ന സ്രാവിന്റെ തലയ്ക്കു നേരെ അയാൾ പങ്കായംകൊണ്ട് ആഞ്ഞടിച്ചു. പങ്കായം പിളരുന്ന ശബ്ദം കേട്ടു. പിളർന്ന പങ്കായത്തണ്ട് അയാൾ അവന്റെ ശരീരത്തിൽ കുത്തിയിറക്കി. അത് ഉള്ളിലേക്ക് ആഴ്ന്നിറങ്ങു ന്നതായി അയാൾക്ക് അനുഭവപ്പെട്ടു. ആ സമയത്ത് അയാൾക്കുനേരെ അടുത്ത കൂട്ടത്തിലെ അവസാനത്തെ സ്രാവായിരുന്നു അത്. ഇനി അവറ്റകൾക്ക് തിന്നാനായി യാതൊന്നും അവിടെ അവശേഷിച്ചില്ല.

അയാൾക്ക് ശ്വസിക്കാൻ വളരെയധികം ബുദ്ധിമുട്ട് അനുഭവപ്പെട്ടു. തീർത്തും അപരിചിതമായ ഒരു രുചി അയാളുടെ വായിൽ ഊറി വന്നു. പുളിപ്പും മധുരവും കലർന്ന വല്ലാത്തൊരു രുചിയായിരുന്നു അത്. അതേ കുറിച്ചോർത്ത് അല്പ നിമിഷത്തേക്ക് അയാൾ ഭയന്നു. എന്നാൽ ആ അരുചി അധിക സമയം നീണ്ടുനിന്നില്ല.

അയാൾ കടലിലേക്ക് നീട്ടിത്തുപ്പി. എന്നിട്ടിങ്ങനെ ഉച്ചത്തിൽ വിളിച്ചു പറഞ്ഞു.

"തെമ്മാടികൂട്ടങ്ങളെ, ഇതു കൂടി നിങ്ങൾ നുണയൂ... എന്നിട്ട് ഒരു മനുഷ്യനെ കൊന്നു എന്ന് സ്വപ്നം കണ്ടോളൂ."

താൻ പരാജയത്തിന്റെ അഗാധഗർത്തത്തിൽ വീണു പോയതായി അയാൾക്ക് മനസ്സിലായി. അയാൾ അമരത്തിനടുത്തേക്ക് നടന്നു ചെന്നു. ചാട്ടുളിയുടെ കൂർത്ത അറ്റം പങ്കായത്തിന്റെ ഇടുങ്ങിയ ദ്വാരത്തിൽ പാക മായിരിക്കുമെന്ന് അയാൾക്ക് തോന്നി. ചാക്കു കഷണമെടുത്ത് തോളി ലൂടെ ഇട്ട് തോണിയെ അതിന്റെ വഴിക്കു പോകാൻ അനുവദിച്ചു.

എല്ലാ ഭാരങ്ങളും ഇറക്കി വച്ച് അയാൾ അലസമായി തോണിയിൽ യാത്ര ചെയ്തു. ആ സമയത്ത് യാതൊരു തരത്തിലുള്ള പ്രയാസങ്ങളോ

നിരാശയോ ഒന്നും തന്നെ അയാളെ അലട്ടിയില്ല. എല്ലാ വിധ കെട്ടുപാടുകളിൽ നിന്നും വിട്ടകന്നു കഴിഞ്ഞിരുന്നതിനാൽ, തന്റെ സർവ്വകഴിവുകളും പുറത്തെടുത്തുകൊണ്ട് സമർത്ഥമായി അയാൾ വഞ്ചി തുറമുഖത്തേക്കു പായിച്ചു. തീൻമേശയിൽനിന്നും ഭക്ഷണാവശിഷ്ടങ്ങൾ പെറുക്കിയെടുക്കും പോലെ രാത്രിയിൽ സ്രാവുകൾ മത്സ്യത്തിന്റെ ശേഷിച്ച ഭാഗങ്ങൾ തിന്നു. അയാൾ അവറ്റകളെ ശ്രദ്ധിച്ചതേയില്ല. അയാൾ തന്റെ ശ്രദ്ധ വഞ്ചി നിയന്ത്രിക്കുന്നതിൽ മാത്രം കേന്ദ്രീകരിച്ചു. വലിയൊരു ഭാരം ഒഴിഞ്ഞതിനാൽ എത്രമാത്രം അനായാസകരമായാണ് വഞ്ചി നീങ്ങുന്നതെന്നു മാത്രം ശ്രദ്ധിച്ചു.

വഞ്ചിക്ക് യാതൊരു കുഴപ്പവും ഇല്ല. അയാൾ ആലോചിച്ചു. നല്ല ഉറപ്പുണ്ട്. പങ്കായത്തിനൊഴികെ മറ്റൊന്നിനും കേടുപാടില്ല. അത് വളരെ എളുപ്പത്തിൽ മാറ്റി വയ്ക്കുകയും ചെയ്തു.

താൻ ജല പ്രവാഹത്തിനുള്ളിലായിക്കഴിഞ്ഞെന്ന് അയാൾക്ക് മനസ്സിലായി. കടലോരത്തെ കോളനികളിൽ നിന്നുള്ള വിളക്കുകൾ കാണപ്പെട്ടു. താൻ എവിടെ എത്തിയെന്നും അധികം വൈകാതെ വീടെത്താൻ കഴിയുമെന്നും അയാൾക്ക് ബോദ്ധ്യമായി.

എന്തൊക്കെ ആണെങ്കിലും ഈ കടൽക്കാറ്റ് നമ്മുടെ ചങ്ങാതിയാണ്. നമ്മുടെ ബന്ധുക്കളും ശത്രുക്കളും ഉള്ള വിശാലമായ കടലും ചങ്ങാതിയാണ്. പിന്നെ മെത്തയാണ് എന്റെ മറ്റൊരു ചങ്ങാതി. മഹത്തായ ഒരു കാര്യമാണ് മെത്ത. നിങ്ങൾ പരാജയപ്പെടുമ്പോൾ അത് നിങ്ങൾക്ക് ആശ്വാസമേകുന്നു. എന്തായാലും അതെത്ര മാത്രം ആശ്വാസകരമാണെന്ന കാര്യം എനിക്കറിയില്ല. എന്നാണ് നിങ്ങളെ പരാജയപ്പെടുത്തിയത്. അയാൾ ഓർക്കാൻ ശ്രമിച്ചു.

"ഇല്ല. അങ്ങനെ ഒന്നും സംഭവിച്ചിട്ടില്ല." അയാൾ വിളിച്ചു പറഞ്ഞു. "ഞാൻ കടലിൽ ബഹുദൂരം സഞ്ചരിച്ചു എന്നു മാത്രം."

അയാൾ തന്റെ തോണി തുഴഞ്ഞ് തുറമുഖത്ത് അടുത്തപ്പോൾ മട്ടുപ്പാവിലെ വിളക്കുകൾ എല്ലാം അണഞ്ഞു കഴിഞ്ഞിരുന്നു. എല്ലാ ആളുകളും കിടന്നു കഴിഞ്ഞിരിക്കും. കാറ്റിന്റെ വേഗത അല്പാല്പമായി ഉയർന്ന് ഇപ്പോൾ ശക്തമായി വീശിക്കൊണ്ടിരുന്നു. തുറമുഖം നിശ്ശബ്ദതയുടെ ആവരണമണിഞ്ഞ് കിടക്കുകയാണ്. പാറക്കൂട്ടങ്ങൾക്കു താഴെ ചരൽക്കല്ലുകൾക്കു മുകളിലൂടെ അയാൾ തോണി തുഴഞ്ഞു കയറ്റി. അയാളെ സഹായിക്കുവാൻ അവിടെ ആരും ഉണ്ടായിരുന്നില്ല. അതു കൊണ്ട് അയാൾ തനിച്ച് തന്നാലാവുന്ന വിധം മുകളിലേക്ക് വലിച്ചു കയറ്റി. അതിനു ശേഷം പുറത്തിറക്കി ഒരു കല്ലിനോട് ചേർത്ത് ബന്ധിച്ചു.

അയാൾ തനിച്ച് പാമരം താഴെ ഇറക്കി. തോണിപ്പായ ചുരുട്ടി മടക്കി. പാമരം തോളിലേറ്റി മണൽത്തിട്ട നടന്നു കയറാൻ തുടങ്ങി. താനനുഭ

വിക്കുന്ന ക്ഷീണത്തിന്റെ കാഠിന്യം അപ്പോഴാണ് അയാൾക്കു മനസ്സിലായത്. ഒരു നിമിഷനേരം നിന്നശേഷം അയാൾ പിന്നിലേക്ക് നോക്കി. തെരുവിളക്കിൽ നിന്നുള്ള പ്രകാശത്തിന്റെ പ്രതിഫലനത്തിൽ സ്രാവിന്റെ ഭീമാകാരമായ വാൽ ആ മരത്തിനു പുറകിൽ ഉയർന്നു നില്ക്കുന്നതു കാണാമായിരുന്നു. നട്ടെല്ലിന്റെ വെളുത്ത സ്പഷ്ടമായ വരയും ഉന്തി നില്ക്കുന്ന കൊമ്പോടുകൂടിയ ഇരുണ്ട തലയുടെ കൂർത്ത ഭാഗവും വ്യക്തമായി കാണാമായിരുന്നു.

അയാൾ വീണ്ടും നടന്നു കയറാൻ തുടങ്ങി. മുകളിൽ എത്തിയതും അയാൾ താഴെ വീണു. പാമരം തോളിൽ വച്ചുകൊണ്ട് കുറെ നേരം അയാൾ ആ കിടപ്പ് കിടന്നു. കുറച്ചു കഴിഞ്ഞപ്പോൾ സാവധാനത്തിൽ എഴുന്നേല്ക്കാൻ ശ്രമിച്ചു. അതിനു കഴിയാതെ വന്നപ്പോൾ പാമരം തോളിൽ വച്ചു കൊണ്ടു തന്നെ അവിടെ ഇരുന്നു. പിന്നീടയാൾ വെറുതെ പാതയിലേക്ക് കണ്ണോടിച്ചു. അതിലൂടെ ഒരു പൂച്ച ഇര തേടി നടക്കുന്നതു കണ്ടു. കുറച്ചു സമയം അതിനെ ഉറ്റുനോക്കിയ ശേഷം പാതയിലേക്കു തന്നെ മിഴികൾ നട്ടിരുന്നു.

അവസാനം അയാൾ പാമരം താഴെ വച്ച് എഴുന്നേറ്റുനിന്നു. പിന്നെ പാമരമെടുത്ത് ഉയർത്തി തോളിൽവച്ച് പാതയിലേക്ക് നടന്നു കയറി. തന്റെ കുടിലിൽ എത്തുന്നതിനു മുമ്പായി അയാൾക്ക് അഞ്ചു പ്രാവശ്യം ഇരിക്കേണ്ടതായി വന്നു.

കുടിലിനകത്തു കയറിയ അയാൾ പാമരം ചുവരിൽ ചാരി വച്ചു. ഇരുട്ടിൽ അയാളൊരു വെള്ളക്കുപ്പി തപ്പിപ്പിടിച്ചെടുത്തു. അതിൽ നിന്നും ഒരു കവിൾ വെള്ളം കുടിച്ച ശേഷം കട്ടിലിലേക്ക് മറിഞ്ഞു. പുതപ്പെടുത്ത് ശരീരം ആസകലം മൂടി. വർത്തമാന പത്രമെടുത്ത് മുഖം മൂടി. കൈകൾ നീട്ടിയും കൈപ്പത്തികൾ ഉയർത്തിപ്പിടിച്ചും അയാൾ ഉറക്കമായി.

രാവിലെ ബാലൻ വാതിലിന്റെ വിടവിലൂടെ നോക്കുമ്പോൾ വൃദ്ധൻ ഉറക്കമായിരുന്നു. കാറ്റ് അതിശക്തമായി വീശിയടിച്ചിരുന്നതിനാൽ മീൻ പിടിത്തക്കാരുടെ വഞ്ചികൾ കടലിൽ പോയിരുന്നില്ല. രാത്രി വളരെ വൈകിയാണ് ഉറങ്ങിയതെങ്കിലും അവൻ എന്നും രാവിലെ കുടിലിലേക്ക് വരാറുള്ള പോലെ അന്നും വരികയായിരുന്നു. വൃദ്ധൻ ശ്വസിക്കുന്നത് അവൻ കണ്ടു. അതിനു ശേഷമാണ് അവൻ അയാളുടെ കൈകൾ കണ്ടത്. അതോടെ അവൻ കരയാൻ തുടങ്ങി. അയാൾക്ക് കുറച്ച് കാപ്പി കൊണ്ടുവന്നു കൊടുക്കുന്നതിനുവേണ്ടി അവൻ ശബ്ദമുണ്ടാക്കാതെ പുറത്തിറങ്ങി. തേങ്ങിക്കൊണ്ടാണ് അവൻ വഴിയിലുടനീളം നടന്നത്.

വളരെയധികം മുക്കുവന്മാർ വൃദ്ധന്റെ വഞ്ചിക്കു ചുറ്റുംകൂടി നിന്ന് അതിനോടു ചേർത്തു കെട്ടിയിരിക്കുന്നത് എന്താണെന്ന് നോക്കുന്നുണ്ടായിരുന്നു. ഒരാൾ തന്റെ കാലുറ തെറുത്തു കയറ്റി അസ്ഥിക്കൂടത്തിന്റെ നീളം ചരടുകൊണ്ട് അളന്ന് വെള്ളത്തിൽ നിന്നിരുന്നു.

ബാലൻ താഴെക്കിറങ്ങി ചെന്നില്ല. അവൻ കുറച്ചുമുമ്പ് അവിടെ പോയിരുന്നു. മുക്കുവന്മാരിൽ ഒരാൾ അവനെ അന്വേഷിക്കുകയായിരുന്നു.

"അയാൾക്ക് എങ്ങനെയുണ്ട്?" അവരിൽ ഒരാൾ ഉറക്കെ വിളിച്ചു ചോദിച്ചു.

"ഉറങ്ങുകയാണ്." ബാലൻ വിളിച്ചു പറഞ്ഞു. അവൻ കരയുന്നത് അവർ കാണുന്നുണ്ടെന്ന് അവന് മനസ്സിലായെങ്കിലും അപ്പോൾ അതൊന്നും അവൻ കാര്യമാക്കിയില്ല.

"അയാളെ ശല്യപ്പെടുത്താൻ ആരെയും അനുവദിക്കരുത്."

"മൂക്കു തൊട്ട് വാൽവരെ പതിനെട്ടടി നീളമുണ്ട്" അസ്ഥികൂടം അളന്നു നോക്കിയിരുന്ന ആൾ വിളിച്ചു പറഞ്ഞു.

"ഞാനത് വിശ്വസിക്കുന്നു." അവൻ പറഞ്ഞു.

നേരെ മട്ടുപ്പാവിൽ ചെന്ന് ഒരു പാത്രം കാപ്പി ആവശ്യപ്പെട്ടു.

"നന്നായി പാലും പഞ്ചസാരയും ചേർത്ത് ചൂടോടെ വേണം"

"വേറെ എന്തെങ്കിലും?"

"ഇപ്പോൾ വേറൊന്നും വേണ്ട. എന്താണ് വേണ്ടതെന്ന് ചോദിച്ച ശേഷം പറയാം."

"എന്തൊരു മത്സ്യമായിരുന്നു അത്." മട്ടുപ്പാവിന്റെ ഉടമസ്ഥൻ പറഞ്ഞു. "ഇങ്ങനെ ഒരു മീനിനെ ഞാൻ എന്റെ ജീവിതത്തിൽ ഇതുവരെ കണ്ടിട്ടില്ല. ഇന്നലെ നീ കൊണ്ടുവന്ന രണ്ടു മീനുകളും വളരെ നല്ലതായിരുന്നു."

"ആ മീൻ തുലഞ്ഞു പോകട്ടെ" ബാലൻ പറഞ്ഞു. അവൻ അപ്പോഴും കരയുന്നുണ്ടായിന്നു.

"നിനക്ക് എന്തെങ്കിലും കുടിക്കാൻ വേണോ?"

"വേണ്ട." അവൻ പറഞ്ഞു. "സാന്തിയാഗോയെ ശല്യപ്പെടുത്തരുതെന്ന് അവരോട് പറഞ്ഞേക്ക്. ഞാൻ വേഗം തിരിച്ചു വരാം."

"എനിക്കും സങ്കടമുണ്ടെന്ന് അദ്ദേഹത്തോടു പറയൂ."

"നന്ദി" ബാലൻ പറഞ്ഞു.

ചൂടുള്ള കാപ്പിപാത്രവും കൊണ്ട് അവൻ വൃദ്ധന്റെ കുടിലിൽ ചെന്ന് അയാൾ ഉണരുന്നതുവരെ കാത്തിരുന്നു. ഒരിക്കൽ അയാൾ ഉണരുമെന്ന് തോന്നിച്ചെങ്കിലും വീണ്ടും അഗാധമായ ഉറക്കത്തിലേക്കു തന്നെ വീണു പോയി. കാപ്പി ചൂടാക്കുന്നതിന് കുറച്ച് വിറക് കടം വാങ്ങാനായി അവൻ പാത മുറിച്ചുകടന്നു.

അവസാനം വൃദ്ധൻ ഉറക്കം ഉണർന്നു.

"എഴുന്നേല്ക്കേണ്ട." ബാലൻ പറഞ്ഞു. "ഇതു കുടിക്കൂ." അവൻ കുറച്ചു കാപ്പി ഒരു കപ്പിലേക്ക് ഒഴിച്ചു.

വൃദ്ധൻ അതെടുത്തു കുടിച്ചു.

"മനോലിൻ, അവർ എന്നെ തോല്പിച്ചു" വൃദ്ധൻ പറഞ്ഞു. "അവറ്റകൾ എന്നെ ശരിക്കും തോല്പിച്ചു കളഞ്ഞു."

"എന്നാൽ ആ മീൻ നിങ്ങളെ കീഴടക്കിയില്ലല്ലോ."

"അതില്ല. ശരിയാണ്. എന്നാൽ അവസാനമാണ് അത് സംഭവിച്ചത്."

"വഞ്ചിയും മറ്റു സാധന സാമഗ്രികളും പെഡ്രിക്കോ നോക്കിക്കോളും. തല എന്തു ചെയ്യാനാണ് നിങ്ങൾ ഉദ്ദേശിക്കുന്നത്?"

"അത് പെഡ്രിക്കോ വെട്ടിമുറിച്ചെടുത്ത് കഷണങ്ങളാക്കി ഉപയോഗിച്ചോട്ടെ. ഉപ്പിലിട്ടു വച്ചാൽ മീൻ കെണിക്കായി ഉപയോഗിക്കാം."

"കുന്തമോ?"

"നിനക്കു വേണമെങ്കിൽ എടുത്തുകൊള്ളൂ."

"അത് എനിക്ക് ആവശ്യമുണ്ട്." അവൻ പറഞ്ഞു. "മറ്റു കാര്യങ്ങളെ കുറിച്ചുള്ള നമ്മുടെ പരിപാടികൾ കൂടി നാം ഉടനെ തയ്യാറാക്കണം."

"ആരെങ്കിലും എന്നെ അന്വേഷിച്ചിരുന്നുവോ?"

"തീർച്ചയായും. തീരദേശസേനയും വിമാനങ്ങളും വഴി."

"സമുദ്രം എത്ര വലുതാണ്. തോണിയാകട്ടെ, കണ്ണുകൊണ്ട് കാണാൻ കഴിയാത്തത്ര ചെറുതും" വൃദ്ധൻ പറഞ്ഞു.

തന്നോടു തന്നെയും സമുദ്രത്തോടും മാത്രവും സംസാരിക്കുന്നതിനേക്കാൾ എത്ര മനോഹരമാണ് സംസാരിക്കുവാൻ ഒരാളെ കിട്ടുന്നതെന്ന് അയാൾ ചിന്തിച്ചു.

"നീ എന്നോടൊപ്പം ഇല്ലാതായിപ്പോയി. ആട്ടെ, നിനക്കിന്നെത്ര മീൻ കിട്ടി?"

"ആദ്യത്തേയും രണ്ടാമത്തെയും ദിവസം ഓരോന്നു വീതം. മൂന്നാമത്തെ ദിവസം രണ്ടെണ്ണം."

"നന്നായി"

"ഇനി നമ്മൾ രണ്ടുപേരും ഒന്നിച്ച് മീൻപിടിക്കും."

"അതു വേണ്ട. ഞാൻ നിർഭാഗ്യവാനാണ്. ഇനി ഒരിക്കലും എനിക്ക് ഭാഗ്യമുണ്ടാകുമെന്നും തോന്നുന്നില്ല."

"ഭാഗ്യം! തുലഞ്ഞു പോകട്ടെ." അവൻ പറഞ്ഞു. "ഞാൻ എന്നോടൊപ്പം ഭാഗ്യത്തേയും കൊണ്ടുവരും."

"നിന്റെ വീട്ടുകാർ എന്തു പറയും?"

"ഓ, അതൊന്നും കാര്യമാക്കാനില്ല. ഇന്നലെ ഞാൻ രണ്ടു മീനിനെ പിടിച്ചു. ഇനി മുതൽ നമ്മൾ രണ്ടുപേരും ചേർന്ന് മീൻ പിടിക്കും. എനിക്ക് നിങ്ങളിൽ നിന്ന് ധാരാളം കാര്യങ്ങൾ പഠിക്കാനുണ്ട്. നമുക്കൊരുമിച്ച് മീൻപിടിക്കാം."

"നമ്മുടെ കൈവശം ഏറ്റവും മെച്ചപ്പെട്ട ഒരു കുന്തം ഉണ്ടായിരിക്കണം. എല്ലായിപ്പോഴും അത് തോണിപ്പടിയിൽ സൂക്ഷിക്കുകയും

വേണം. പഴയ ഫോർഡ് കാറിന്റെ ഉരുക്കു കഷണത്തിൽ നിന്നും. മൂർച്ചയുള്ള അഗ്രഭാഗം ഉണ്ടാക്കാം. ഗുവാന ബകോവയിൽ കൊണ്ടുപോയി നമുക്കത് ശരിയാക്കാം. എന്തായാലും അതിൽ വലിയ സമ്മർദ്ദം ചെലുത്താൻ പാടില്ല. അങ്ങനെ ആകുമ്പോൾ അത് ഒടിഞ്ഞു പോകും. എന്റെ കത്തി ഒടിഞ്ഞുപോയി."

"ഞാൻ പോയി വേറൊരു കത്തികൊണ്ടു വരാം. ഉരുക്കു കഷണവും കൊണ്ടു വരാം. ഈ ശക്തമായ കാറ്റ് എത്ര ദിവസം നീണ്ടു നില്ക്കുമോ ആവോ?"

"മൂന്നു ദിവസമോ, ചിലപ്പോൾ അതിലും കൂടുതലുമോ ആവാം."

"ഞാൻ എല്ലാം അതാതിന്റെ ക്രമത്തിൽ ഒരുക്കിവയ്ക്കാം." അവൻ പറഞ്ഞു. "നിങ്ങളുടെ കൈകൾ വേഗം സുഖപ്പെടട്ടെ."

"അതെങ്ങനെ സംരക്ഷിക്കണമെന്ന് എനിക്കറിയാം. രാത്രിയിൽ ഞാൻ അസാധാരണമായ എന്തോ ഒന്ന് തുപ്പുകയുണ്ടായി. നെഞ്ചു തകരുന്നതുപോലെയാണ് അപ്പോഴെനിക്കു തോന്നിയത്."

"അതുകൂടി വേഗം സുഖപ്പെടട്ടെ." അവൻ പറഞ്ഞു. "നിങ്ങൾ കുറെ സമയം കൂടി കിടന്നുകൊള്ളു ഞാൻ പോയി നിങ്ങളുടെ വൃത്തിയുള്ള ഷർട്ടെടുത്തുകൊണ്ടു വരാം. കൂട്ടത്തിൽ എന്തെങ്കിലും തിന്നാനും കൊണ്ടു വരാം."

"ഞാൻ ഇവിടെ ഇല്ലാതിരുന്ന സമയത്തെ വർത്തമാന പത്രങ്ങൾ ഉണ്ടെങ്കിൽ അതും കൊണ്ടു വരൂ."

വൃദ്ധൻ പറഞ്ഞു.

"നിങ്ങൾ വേഗം സുഖം പ്രാപിക്കട്ടെ. നിങ്ങളിൽ നിന്ന് എനിക്ക് ധാരാളം കാര്യങ്ങൾ പഠിക്കാനുണ്ട്. അതെല്ലാം എന്നെ പഠിപ്പിക്കണം. നിങ്ങൾ എത്രമാത്രം ബുദ്ധിമുട്ടി?"

"വളരെയധികം." അയാൾ പറഞ്ഞു.

"ഞാൻ പോയി ഭക്ഷണവും പത്രങ്ങളും കൊണ്ടു വരാം." ബാലൻ പറഞ്ഞു. "കുറെ നേരം കൂടി വിശ്രമിക്കുക. ഞാൻ മരുന്നു കടയിൽ പോയി നിങ്ങൾക്ക് ആവശ്യമുള്ള മരുന്നും വാങ്ങിക്കൊണ്ടു വരാം."

"പെഡ്രിഗോയോട് ആ മീനിന്റെ തല അയാൾക്കുള്ളതാണെന്ന് പറയാൻ മറക്കരുത്."

"ഒരിക്കലുമില്ല. മറക്കാതെ പറയാം."

വാതിലിനു പുറത്തു കടന്ന് പവിഴപ്പുറ്റുകളുടെ പാറകൾക്കു മുകളിലൂടെ നടക്കുമ്പോൾ കുട്ടി പിന്നെയും കരയാൻ തുടങ്ങി.

അന്നത്തെ സായാഹ്നത്തിൽ വിനോദസഞ്ചാരികളുടെ ഒരു സംഘം മട്ടുപ്പാവിൽ എത്തിയിരുന്നു. താഴെ ആഴക്കടലിലേക്ക് നോക്കി നില്ക്കുകയായിരുന്നു അവർ. ഒഴിഞ്ഞ ബിയർ ടിന്നുകൾക്കും ചത്തു കിടക്കുന്ന കുഞ്ഞുമീനുകൾക്കും നടുവിലായി ഒരു കൂറ്റൻ മീനിന്റെ അസ്ഥികൂടം

കൂട്ടത്തിൽ ഒരു സ്ത്രീ കണ്ടു. തുറമുഖത്തേക്കുള്ള പ്രവേശന കവാടത്തിനു പുറത്തുനിന്ന് കിഴക്കൻ കാറ്റ് കടലിൽ ആഞ്ഞടിക്കുമ്പോഴത്തെ തിരകളിൽ അതിന്റെ അറ്റത്തുള്ള ഭീമൻ വാൽ ഇളകി ആടിക്കൊണ്ടിരുന്നു.

"അതെന്താണ്?" ഭീമൻ മത്സ്യത്തിന്റെ നീണ്ട നട്ടെല്ല് ചൂണ്ടിക്കാട്ടി അവൾ ഒരു ജോലിക്കാരനോടു ചോദിച്ചു. തിരകൾക്കൊപ്പം കടലിലേക്കൊഴുകാൻ കാത്തുകിടക്കുന്ന മാലിന്യം മാത്രമാണ് അതിപ്പോൾ.

"ടി ബ്റോൺ" ജോലിക്കാരൻ പറഞ്ഞു. "അല്ലെങ്കിൽ ഒരു സ്രാവ് ആയിരിക്കും." എന്താണ് സംഭവിച്ചതെന്ന് വിശദീകരിക്കുവാൻ തുടങ്ങുകയായിരുന്നു അയാൾ.

"സ്രാവുകൾക്ക് ഇത്ര മനോഹരമായ സുന്ദരരൂപമുള്ള വാലുകൾ ഉണ്ടാകുമെന്ന് എനിക്ക് അറിയില്ലായിരുന്നു."

"എനിക്കും അറിഞ്ഞു കൂടായിരുന്നു." അവളുടെ സുഹൃത്ത് പറഞ്ഞു.

തെരുവിന് അപ്പുറത്തുള്ള തന്റെ കുടിലിൽ വൃദ്ധൻ പിന്നെയും ഉറക്കം പിടിച്ചു കഴിഞ്ഞിരുന്നു. മുഖം കിടക്കയിൽ അമർത്തിയാണ് അയാൾ കിടന്നിരുന്നത്. ബാലൻ അയാളെ ശ്രദ്ധിച്ചുകൊണ്ട് തൊട്ടരികിൽ തന്നെ ഇരുന്നിരുന്നു. വൃദ്ധൻ ഉറക്കത്തിൽ സിംഹങ്ങളെ സ്വപ്നം കാണുകയായിരുന്നു.